Lan Man Chuyện Vãn

PHẠM QUỐC BẢO

LAN MAN CHUYỆN VĂN

LOTUS MEDIA | 2024

Lan Man Chuyện Vãn
Tác giả: Phạm Quốc Bảo
Lotus Media xuất bản lần thứ nhất tại Hoa Kỳ, và trên hệ thống phát hành toàn cầu Amazon, 2024
Bìa: Uyên Nguyên
Trình bày: Bạch Xuân Phẻ

ISBN: 979-8-8693-2968-4
© Tác giả và Lotus Media giữ bản quyền.

Mục Lục

Lời ngỏ 9

CHUYỆN VĂN

I.

- Đợi tiết Xuân về 19
- Mỗi ngày một mới: Hoa xuân trong đời 27
- "Con hơn cha là nhà có phúc" 33
- "... Chín cái lênh đênh" 49
- Thanksgiving-Tạ ơn ai? 61
- "Học thầy không tầy học bạn" 71
- Giong buồm ra biển rộng 87

II.

- Lệ Thu, mấy liên tưởng chợt hiện 109
- Nguyễn Tường Quý lững thững giữa đời 117
- Tứ tiêu dao 131
- Trần Tuấn Kiệt mấy nhắc nhớ còn sót lại 141
- Ông KHAI TRÍ: Cả đời cho sách-báo in 153

NHẬT KÝ THƠ

- Chào năm mới 163

- Đợi năm Nhâm Dần 164
- Gẫm 165
- Gửi bạn 167
- Thân ái 169
- Khen bạn 170
- Ngẫm rằng: 171
- 6 tháng Giêng 172
- Sống đời 174
- Trả lời qua Email 176
- Sống 177
- Tạ Ơn 178
- Đón TẾT Tân Sửu 180
- Cảm thán 181
- Vào thu 182
- Tự nhủ 1 183
- Tự nhủ 2 185
- Xuân - đợi bạn 186
- Đón Xuân 187
- Ngỏ lời với Trần Vấn Lệ 188
- Khai bút 2024 189
- Tâm Tình Với Bạn 190
- Xuân 2024 191
- Nhớ Nguyễn Xuân Hoàng 192
- Nhủ bạn 195
- Tiễn Phạm Mạnh Tiến 197

- Tiễn TLGiang 198
- Bất Chợt 195
- Xuân này - xuân xưa? 200
- Một mình 202
- Chỉ là mơ thôi. Gửi Phạm Mạnh Tiến 204
- vào hè 205
- giữa hạ 206
- Khóc bạn. 207
- Tiễn Phạm Kim 209
- Tiễn Người 210
- Khóc Trần Doãn Quý 211

PHỤ LỤC

- Lời đồn đầu Xuân 215
- Sức sống của một ý thơ 217
- Sách đã xuất bản: 226

Lời ngỏ

Tôi tự thấy cần giải tỏa ngay thắc mắc là tại sao lại chọn cái tiêu đề "Chuyện vãn".

Xin thưa, chuyện đây không phải là truyện, không phải gồm những cốt truyện được xây dựng trên những nội dung hoàn toàn do tác giả chủ động sắp xếp trước. Chuyện ở đây chỉ là câu chuyện được trích từ những cuộc tiếp xúc bất kỳ với ai đấy mà tác giả thấy thú vị trong việc ghi chép lại, rồi sau đó còn thấy rằng nên chia xẻ rộng rãi thêm ra với bạn đọc bốn phương.

Từ ngữ 'vãn' ở đây bao hàm một nội dung khá đặc biệt, ít nhất là gồm mấy ý nghĩa như:

Thứ nhất phải nêu ra rằng nhờ có cơ hội thân thuộc, hay khi bằng hữu gặp nhau, những câu chuyện này được cho phép ghi lại mà đều không hề có sự xếp đặt gì trước cả. Chúng hiện diện một cách tự nhiên như vậy, là những gì xảy ra trong đời thường, hằng ngày, của bất cứ một ai còn đang sống ở xã hội này đều có thể bắt gặp, hoặc có thể tự chúng ta đã trải nghiệm qua rồi.

Thứ hai, từ ngữ 'vãn' còn muốn diễn tả về thời gian là buổi xế chiều của ngày, nếu chiếu theo cuộc sống thì là giai đoạn về già của đời người. Nghĩa là những câu chuyện được ghi lại ở đây như một phần sống động còn lại của tác giả trong độ tuổi đã và đang chứng kiến quá nhiều người trong gia quyến và thân hữu cùng trang lứa bỏ ra đi mỗi lúc một đông, trong tâm trạng cô đơn càng lúc càng thiếu hẳn đi những chia xẻ gần gũi cần có cho đời sống của chính tác giả.

Thứ ba, những câu chuyện mà độc giả đọc được ở đây như những trao gởi mà nếu có thể tích cực hơn nữa là tự chúng có sức bật lên thành những tác động, khêu gợi ra được những chuỗi liên tưởng nào đó vốn còn tiềm tàng trong ký ức hay vẽ ra được viễn ảnh mường tượng ở tương lai của người đọc. Được như thế thì tác giả đã cảm thấy vinh hạnh-an ủi rồi.

Ngoài ra, ở xã hội này, thời đại internet được áp dụng vào ngành thông tin liên lạc vượt không-thời gian đã từ nhiều thập niên nay, nhất là nhờ vào hiện tượng Covid-19 thúc đẩy mà ba năm qua phương tiện này được dịp phát triển thêm nhanh. Hiện nay, mây điện toán (cloud computing, điện toán đám mây) bao gồm những trữ liệu thông tin, trong đấy các giai tầng (kênh) truyền thông mạng xã hội(social media) đang ngày một được xử dụng phổ biến đến toàn thể nhân loại. Như Facebook, Instagram, Twitter, Snapchat, LinkedIn, TikTok, YouTube... Chỉ kể riêng về lãnh vực văn-sách thì trên nét, truyện đọc để nhìn và nghe không thôi cũng đủ 'nuốt' trọn ngày giờ của chúng ta!

Thực tế là những phương tiện truyền thông tân tiến này đã và đang đẩy lùi ngành báo giấy-báo in dần vào giai đoạn đã qua của lịch sử truyền thông xã hội. Và từ mấy thập niên nay rồi, sách truyện in cũng đang ngắc ngoải èo uột dần, khiến thói quen cầm sách đọc của nhiều thế hệ trước đây nay đã thui chột dần đi. Tầng lớp tác giả như cá nhân tôi, vừa lớn tuổi-về hưu vừa không sao theo kịp đà tiến bộ chung của ngành truyền thông tân tiến toàn cầu, cung cấp nhiều tiện lợi mà cũng tạo ra những phức tạp khó lường và dễ sa đà vào mê muội: Thói quen mới thích ứng với những ứng dụng internet nở rộ đã và đang tạo một nếp sinh hoạt văn hóa sống mới của loài người, khác hẳn xưa, tạo nên những thách thức gay go mới... Nhưng khốn một nỗi, với những cá nhân như tôi đây dù nỗ lực bao nhiêu cũng không sao bắt kịp được nữa. Thậm chí cách đây mấy năm, khi vẫn còn làm việc tại nhật báo Người Việt, đã nhiều lần nhóm kỹ thuật của công ty đề nghị thiết lập riêng một website cho mà tôi chối từ vì thấy quá nhiều phiền toái cho sinh hoạt của cá nhân mình nên cứ nấn ná mãi... Và bây giờ, với tôi, vấn đề cụ thể và đơn giản là cầm cuốn sách để đọc vẫn là thói quen hoàn toàn đáp ứng với nhịp sống, không thể thiếu được trong sinh hoạt hằng ngày của tôi!

Từ ngữ "chuyện văn" khiến tôi liên tưởng tới 'chợ văn', 'chợ chiều': Chợ quê miền bắc Việt Nam mà tôi được biết từ thời thơ ấu thì bao giờ cũng nhóm vào tờ mờ sáng cho đến xế chiều là tan, để mọi người (người bán lẫn người mua) thu xếp xong và tản bộ trở về đến nhà là vừa tối. Khung cảnh này tôi vốn mường tượng ra từ bài thơ có tên đại khái là Chợ Quê của Đoàn Văn Cừ trong cuốn Quốc Văn Giáo Khoa Thư mà tôi đã được học thời tiểu học, cách đây cũng trên bảy mươi năm. Cho nên, tiêu đề này còn chuyên chở những trải nghiệm dầy đặc mà tôi mong được chia xẻ cho vơi nhẹ bớt đi phần nào mối ưu tư nặng trĩu trên đôi vai mình...

Và đấy là nguyên nhân sâu xa khiến tôi chọn tiêu đề 'chuyện văn' như một phương tiện gần gũi-rất thường thức và thuận tiện nhất để được lan man tâm sự với nhóm độc giả nào đang hấp thụ nếp tiến bộ mới của truyền thông hiện nay nhưng mỗi ngày vẫn còn chút thú vị với thói quen muốn cầm cuốn sách trên tay, nhẩn nha-nhâm nhi đọc...

Nhân đây cũng xin trân trọng đa tạ cá nhân những vị:

- bậc bác-chú-cậu lẫn anh-chị-em trong giòng họ của tôi như Phạm Hữu Phủng, Phạm Hữu Chương, Bùi Sĩ Thi, Phạm Xuân Nùng, Phạm Hữu Vinh, Phạm Quang Đoàn, Phạm Khắc Hàm, Phạm Thị Ninh, Tuấn Bùi, Oanh Johnson,...

- thân hữu như Hà Quốc Bảo, Nguyễn Thanh Sơn, Trần Minh Nhựt, Nguyễn Minh Thái Hùng, Mặc Lâm, Nguyễn Văn Khanh...

- và cả tác giả những bài viết mà tôi tình cờ đọc được mà đã tác động khiến có thể gợi ý-góp thêm nhiều chi tiết phong phú cho các câu chuyện tôi đã viết ra đây.

Cuối cùng, cũng xin trần tình rằng nội dung những chuyện kể trong cuốn sách này đều do tôi chủ động viết ra, từ khung sườn đến tình tiết và những tư tưởng muốn gửi gắm vào; nhưng đa phần đã để cập tới các sự kiện mà trong những dịp thân mật hy hữu nào đó, rải rác từ trên sáu chục năm qua, các vị mà danh tánh nêu ở trên họ đã ưu ái thổ lộ tâm sự với tôi về những gì họ từng trải trong đời, bằng nhiều hình thức khác nhau; mặc dù tôi đã cẩn trọng không hề nêu đến danh tính của họ. Nhưng ở đây, tôi thấy vẫn phải ngỏ lời xin họ thứ lỗi cho, nếu họ phật lòng vì đọc thấy có những điều gì đấy không hoàn toàn đồng ý.

Trân trọng.

Chuyện Vãn

Tác giả ngồi dưới tán Bồ Đề ở sân sau nhà Lý Kiến Trúc
(Lý Kiến Trúc chụp, 2022)

I.

Đợi tiết Xuân về

"Học nhi thời tập chi-bất diệc duyệt hồ!"
(trích LUẬN NGỮ)

Trong bầu không khí Tết Quý Mão của mấy tuần lễ mà thời tiết năm nay chập chững ngập ngừng trên đường bước vào Xuân mới, sức khỏe của riêng cá nhân tôi xem ra mỗi ngày đều thấy khá lao đao, bắt tôi phải luôn luôn tìm cách điều chỉnh sao cho ổn định bình thường lại. Và chính nhờ vậy, mỗi lần vượt khỏi được một nguồn cơn triệu chứng khó chịu muốn đổ bệnh ra, thì tự tôi lại cảm thấy thêm thoải mái hơn bao giờ, và cứ thế mà từ tốn-thong dong trong những lúc đón tiếp con cháu-họ hàng-bạn hữu đến thăm.

Cũng nhờ vậy, mấy thứ đọc-xem-nhìn ngắm và ngẫm nghĩ được ở dịp này đã hào hứng trao cho tôi khá nhiều lợi ích bất ngờ: Tiếp nhận những sự kiện khá tươi mới. Phản ảnh thêm được những nội dung vừa nẩy sinh ra trong tâm trí. Áp dụng được vào thái độ-hành động hằng ngày của chính mình. Suy ra những hiện tượng đã và đang xẩy đến quanh mình, cũng như trong đời sống của mình, của gia đình mình và ngoài xã hội... Cuối cùng, thực tiễn nhất, vẫn là tâm trí mình nhờ vậy mà có cơ hội được năng động thường xuyên.

Tôi xin bốc ra một số đề mục đã được ghi lại trong nhật ký để chia xẻ cùng quí vị.

Kỳ thị và khả năng tự điều chỉnh:

Từ trên hai năm nay, nghĩa là từ khi bắt đầu xảy ra cơn đại dịch Covid-19, bối cảnh sống của con người trên trái đất này nói chung đã nảy sinh ra nhiều điều kiện để biến thiên-đổi thay, cụ thể nhất là tại xã hội Mỹ: Riêng về hiện tượng bạo loạn bằng súng đạn bất thường tăng vọt, mỗi lúc một thêm gay gắt; trong đấy, phát xuất từ nguyên nhân kỳ thị đang được lưu tâm nhất[1].

Trong lịch sử Hoa Kỳ, trường hợp bị kỳ thị tiêu biểu nhất là dân da đen: Kể từ lúc bắt đầu những chuyến buôn người từ Phi châu được chở sang xứ sở này để làm nô lệ cho đến độ đầu thế kỷ thứ 19, số phận của dân da đen ở Hoa Kỳ mới bắt đầu có cơ hội thay đổi: Ở những đồn điền nông nghiệp thuộc các tiểu bang miền Nam, dân da đen vẫn còn bị đối xử là phận nô lệ như cũ; nhưng trong khi đó, nền kỹ nghệ bùng phát mạnh ở các tiểu bang phía bắc nhờ vào những phát kiến khoa học được áp dụng thành nền công nghiệp mới tại đấy, dân cư da đen gia nhập nhanh vào tầng lớp công nhân mới và được đối xử cởi mở dần đi trong đời sống xã hội. Hai nếp đối xử khác biệt ấy cọ sát với nhau đến độ gay gắt, thành cuộc nội chiến Nam-Bắc 1861-65; và kết quả là quân đội miền bắc đã thắng. Thế mà cũng phải

---

[1] xin đọc thêm bài viết "Thù ghét người Á Châu luôn xảy ra trong nhiều giai đoạn lịch sử Mỹ" đăng ở nhật báo Người Việt số ra ngày mùng 1 tháng Hai, 2023. [https://www. nguoi-viet. com/little-saigon/thu-ghet-nguoi-a-chau-luon-xay-ra-trong-nhieu-giai-doan-cua-lich-su-my/?utm_source=Ng%C6%B0%E1%BB%9Di+Vi%E1%BB%87t+Newsletter &utm_campaign=19b2048ccc-EMAIL_CAMPAIGN_2023_02_01_02_59&utm_medium=email&utm_term=0 _cf5f0a479c-19b2048ccc-157043941)

đợi tới trên một thế kỷ sau, vào thập niên 1970, nạn kỳ thị dân da đen trong xã hội Mỹ mới thực sự được chính thức hóa coi là bất hợp pháp nhờ vào dân cư nỗ lực vươn lên ở vấn đề thực thi ý niệm tự do-dân chủ-nhân quyền[2], bằng những đạo luật đối xử công bằng giữa dân cư đa chủng trên bình diện liên bang rồi tiểu bang.

Nếu ở lịch sử của xã hội loài người, chúng ta nhận thấy rằng vấn đề kỳ thị vốn đã phổ biến hiện diện ở bất cứ một dân tộc-một quốc gia nào. Sau đó, mỗi một thời đại phát triển tiến bộ, nhờ vào sự cọ sát nhiều lần gay gắt giữa hai huynh hướng bảo thủ và tân tiến trong đời sống dân cư, khiến nạn kỳ thị lại có cơ hội biến thái dần đi. Tiêu biểu nhất là ở xã hội Hoa Kỳ hiện nay[3]

Vì sao Hoa Kỳ lại có được khả năng tự điều chỉnh xã hội để tiến bộ về dân chủ-tự do đến như vậy? Sâu xa thì có khá nhiều nguyên nhân, nhưng ít nhất cũng do mấy yếu tố cốt lõi như:

- Đây là quốc gia tương đối tân lập, đa chủng- đa văn hóa[4].

- Vị trí lãnh thổ tương đối biệt lập, đủ rộng-không quá đông dân.

- Dân nước này bắt nguồn phát xuất từ di dân, hưởng trọn vẹn kinh nghiệm bị áp bức từ mọi địa bàn nào khác trên trái đất. [5]

---

[2] Với cuộc tranh đấu bất bạo động của Martin Luther King Jr. (1929 - 1968).

3 Cụ thể nhất phải kể đến hai thế lực đang hiện diện là MAGA & Black Life Matters ; cũng như nhiều bức tượng danh nhân Hoa Kỳ bị hạ bệ ở nhiều nơi vì không phù hợp với quan niệm nhân quyền hiện nay.

4 salad bowl.

[5] Sự kiện của con tầu Mayflower: "Mayflower là tên của một con tàu buồm đi vào lịch sử Hoa Kỳ khi một nhóm người Thanh giáo Puritants không

- Có một nếp giáo dục thực tiễn uyển chuyển-phong phú và ưu tiên khai phá sự sáng tạo.

- Đây là đất của cơ hội sống còn nhất.

Tết và mấy sinh hoạt nhân văn tiêu biểu:

Suốt những ngày đónTết năm nay tôi ưu tiên dành nhiều khoảng thời gian vui vầy với người thân trong đại gia đình bên nội-bên ngoại lẫn bên nhà, thêm mấy buổi gặp gỡ bằng hữu xa gần hẹn hò cà phê-ăn uống. Ngoài ra thi thoảng tôi cũng nhấn nha theo dõi trên các kênh truyền hình việt ngữ ở địa phương Nam Cali. Chẳng hạn:

- Đầu tiên là mục "Tết nhớ các Thương Phế Binh VNCH" trong chương trình SàiGòn Xưa, của đài AVA-57.7 do cô Hà Vi phụ trách, với sự góp mặt của các anh cựu thiếu Úy VNCH Thế Nguyễn, Đặng Trần Hoa, Tô Phạm Thái... Họ thổ lộ về hàng loạt hoạt động thiện nguyện: nhận sự đóng góp của khán thính giả để chuyển về cho các bạn cựu Thương Phế Binh VNCH còn sống rải rác trong nước nhân dịp Tết này. Đây là mục đặc biệt vào dịp Tết, nhưng thực ra là một chuỗi tiếp nối với những chương trình dài hạn khác vẫn thường xuyên hiện diện lâu nay, như chương trình trợ giúp "Bạn người cùi" xuất hiện trên mấy kênh truyền hình Việt địa phương Nam Cali. Như "Hoa sen Việt: Kết nối từ tâm" (www. hoasenviet. us) trên kênh 57. 19 chuyên quyên góp để xây cầu, đào giếng và dựng nhà tình thương nhằm đáp ứng nhu cầu cấp

---

chấp nhận Anh giáo của triều đình nên bỏ nước Anh sang lập nghiệp ở Tân Thế giới. Tổng cộng có 102 người cộng thêm 30 thuyền viên. Họ đặt chân đến Mỹ để bắt đầu một đời sống mới vào cuối năm 1620. . "[trích Mayflower ship Wikipedia. Google)

thiết của dân cư nghèo khổ ở mọi miền trong nước...

- Cạnh đấy, chúng ta không thể quên được cái tổ chức gọi là VietnamRise. org; trên kênh 57.22 mệnh danh là chương trình dài hạn nhằm nỗ lực thúc đẩy cho có được sự thay đổi Việt Nam ở hiện tại lẫn tương lai.

Song song với những sự kiện này, chúng ta cũng thấy những hoạt động văn hóa khác nói chung vẫn nỗ lực vươn tới dài lâu, chẳng hạn như:

- Ước Mơ Việt đang chuẩn bị cho cuộc thi Ước Mơ Việt kỳ IV[6]

- Câu lạc bộ Tình Nghệ Sĩ đặc biệt trong dịp Tết này đã cho các đoàn thanh thiếu niên múa và hát tham gia trình diễn tại các buổi văn nghệ Mừng Xuân ở nhiều nơi; cạnh đấy còn tổ chức mục "Góc nhạc trời Cali" trên kênh 57.21

- Mục giáo dục thế hệ trẻ" Tiếng Việt mến yêu" hằng tuần trên kênh 57.19

- "Tiếng hạc vàng" giành cho lớp lớn tuổi vẫn thích ca hát, đang tính tổ chức đợt thứ nhì (SBTN, 57.22) Và mới nhất phải kể tới Chương trình "Nhạc vàng-một thời để yêu, để nhớ" với Trúc Xinh-Lê Ngọc- Sĩ Dự-Tuấn Châu chơi nhạc và các ca sĩ trẻ như Ái Ni-Huỳnh Phi Tiến-Chế Phong... hát nhiều ca khúc mới sáng tác đây.

- Rồi "Hằng năm Hội Chuyên Gia Không Gian Việt-Mỹ (Vietnamese-American Aerospace Peer Association-VAAPA)

---

[6] xem chi tiết về các videos "Dùng âm nhạc để dạy tiếng Việt"và các chi tiết về các cuộc thi Ước Mơ Việt ở website: uocmoviet. org;

vẫn tổ chức cuộc thi Toán Mathcounts cho các học sinh trung học tại Little Saigon… Như vậy các bậc phụ huynh nhân cơ hội rất tốt này nên ghi danh cho con em mình dự thi Toán do hội VAAPA tổ chức vào mùa Thu năm nay…"[7].

- Và Mạng Lưới Nhân Quyền Việt Nam vừa cho phổ biến bản Lên tiếng chung của một số tổ chức Việt Nam trong và ngoài nước ngày 30 tháng 1 năm 2023 về những cái chết đáng ngờ gần đây trong các nhà tù Việt Nam[8]

Tết Việt-New Vietnamese year:

Một hiện tượng nẩy sinh từ dịp Tết Quý Mão năm nay tại cộng đồng mỹ gốc việt, mới có mấy tuần nay mà đã tạo sôi nổi trên diễn đàn. Tôi xin mạn phép tạm tóm tắt như sau:

- Đã từ lâu, chưa có ai bỏ công ra để truy cứu và xác định được là tự bao giờ, trên báo chí ở Mỹ cứ đến dịp cuối một năm là người ta thấy nhan nhản xuất hiện những từ ngữ như "New Year" dùng để chỉ cho năm mới dương lịch, với "lunar new year" hay "chinese new year" thường được dùng để đề cập tới năm mới âm lịch.

---

[7] trich Bài: "Cha mẹ vùng Little Saigon nên ghi danh cho con dự thi Toán vào mùa Thu"đăng trong nhật báo Người Việt ra ngày thứ sáu mùng 3 tháng hai 2023 (https://www. nguoi-viet. com/phu-nu/cha-me-vung-little-saigon-nen-ghi-danh-cho-con-du-thi-toan-vao-mua-thu/?utm_source=Ng%C6%B0%E1%BB%9Di+Vi%E1%BB%87t+Newsletter &utm_campaign=7382b539cd-EMAIL_CAMPAIGN_2023_02_04_01_16&utm_medium=email&utm_term=0 _cf5f0a479c-7382b539cd-157043941)

[8] Xin đọc chi tiết bài "Việt Nam phải chịu trách nhiệm về những cái chết bí ẩn của các tù nhân tôn giáo và chính trị "[Mạng Lưới Nhân Quyền Việt Nam;Vietnam Human Right Networks; https://vnhrnet. org/)

- Vào dịp Tết năm nay đột nhiên trên 'nét' xuất hiện mỗi lúc một nhiều ý kiến mới xem ra rất đáng chú ý. Chẳng hạn cụ thể như email của VietHai Tran (viethai712@yahoo. com) Feb 1, 2023, 2:18 PM, đã viết: "Đề Nghị Không Gọi Chinese New Year. Chúng ta nên phổ thông hoá chữ "Viet Tet" vì hằng triệu người trên thế giới đã biết chữ "Vietnamese Tet", "Tet Offensive 1968",... Khi banner ngày Tết cần viết tiếng Anh nên viết "Viet Tet", thay vì "Lunar New Year" hay "Chinese New Year". Why not so?

- Trong khi ấy, Tự điển Merriam-Webster trên Google định nghĩa nguyên văn: "Tet: the Vietnamese New Year observed during the first several days of the lunar calendar beginning at the second new moon after the winter solstice"[9]

- Riêng cá nhân tôi lâu nay vẫn tự sử dụng mấy từ ngữ Tết Việt và New Vietnamese year, thay vì Vietnamese new year" hay "new lunar year" thay vì "lunar new year".

Quí vị thấy thế nào?

Ngóng tiết xuân.

Tết đến mà vẫn ngóng tiết xuân:
Khác với mọi năm, Tết lại gần
là có mai vàng, đào hồng phớt
thủy tiên trắng muốt đón xuân sang

Năm nay mưa bão chào năm mới
trùm cả Tết Tây lẫn Tết Ta
hết mưa rồi nắng trăn trở mãi

---

[9] trích: https://www. merriam-webster. com/dictionary/Tet -

mà lạnh căm căm-thật khó ưa

*Đất trời cứ thế, chỉ ươn ươn
Mồng Mười là trở lại ngày thường
sáng nay bước ra ngoài hiên lạnh
bỗng thấy giò lan nhú chồi non...*

Thứ Hai, *mùng 6 tháng 2 năm 2023.*

Mỗi ngày một mới
Hoa xuân trong đời

Sáng hôm chủ nhật vừa qua dậy muộn, mặc dù tối qua tôi không dự một bữa tiệc Giáng sinh nào-ở đâu... Chẳng qua là mấy tuần nay thời tiết vào đông luôn trở lạnh, và mưa đã bắt đầu tới khá thường, tôi thêm lười ra khỏi nhà...

Ngồi thảnh thơi ngoài hiên, tình cờ nhìn thấy trên bàn nước một cuốn lịch, tò mò cầm lên xem: Hóa ra đây là tấm lịch bìa mỏng mà cơ sở thương mại quanh vùng gửi biếu qua bưu điện tới từ mấy ngày trước. Giở ra tờ đầu, tôi mới chợt nhớ rằng năm nay Tết Ta chỉ cách Tết Tây chưa đầy tháng... Và tôi nhìn thấy bức ảnh mấy đóa Đào nở giữa nhiều nụ chúm chím khác trên cành-lá...

Chưa đầy một tháng nữa, xuân Quý Mão sẽ đến. Đến với đất trời, đến với bất cứ nơi nào trên trái đất này, đến với cá nhân tôi đang ngồi đây... Tự nhiên những hình ảnh lẫn chữ nghĩa về hoa xuân trong đời mình lần lượt thong thả hiển hiện đến...

*

Đầu tiên như ở bài Mưa Xuân đã đăng trong cuốn Kỷ Yếu Vinh Nghiêm năm 2001, có mấy câu thơ tôi viết trong thời đi tù ở Miền Bắc Việt Nam, xin trích ra đây chia xẻ với quí vị:

*"Mưa xuân hay sương mù cành lê
đất Bắc giờ đây đâu là quê
chỉ còn toàn tù và lũng núi
miền Nam xa hút mất nẻo về"*
(1977)

*"Mưa xuân hay sương trắng rừng mai
để tang lịch sử thế kỷ dài
Cần vương, văn thân rồi kháng chiến
Không lẽ đời ta tang chế hoài?"*
(1978, ở trại tù Hoành Bồ-Quảng Ninh)

Nhưng bao nhiêu nhọc nhằn dằn vặt từ thể xác đến tâm thần ấy vẫn không sao cướp đi hết được sức sống muốn vươn lên trong đáy lòng, tôi hồi ấy đã hạ bút viết tiếp:

*"Mai kia hoa cải vàng hơn
cho mình bớt lạnh bôn chôn bên trời"*
(1980, ở trại tù Yên Định-Thanh Hóa)

*

Còn trong bài Xuân Về cách đây trên hai chục năm, tôi có liệt kê một loạt mấy bài thơ của nhà sư **Huyền Quang** (1254-1334), tổ thứ ba của phái Trúc Lâm Việt Nam (Nguyên tác Việt-Hán của bốn bài thơ Tứ Tuyệt được trích ra từ những trang 556, 559, 569, 571 trong cuốn "Tam Tổ Trúc Lâm- Giảng giải" của Hòa thượng Thích Thanh Từ, Thiền viện Thường Chiếu in vào năm 1997 (Phật Lịch 2541) Trong ấy có bài như:

*"Vương thân vương thế dĩ đô vương,
Tọa cửu tiêu nhiên nhất tháp lương.
Tuế văn sơn trung vô lịch nhật,
Cúc hoa khai xứ tức trùng dương."*

Tôi diễn dịch là:
Mất tăm mất tích đã lâu
bồ đoàn ngồi mãi lạnh nhầu khắp nơi
cuối năm trong núi quên ngày
thấy hoa cúc nở biết ngay xuân về

*

Riêng về thứ hoa đào ngày Tết thì tôi nhớ ngay tới bài:

Đề Tích Sở Kiến Xứ (1)

Khứ niên kim nhật thử môn trung,
Nhân diện đào hoa tương ánh hồng.
Nhân diện bất tri hà xứ khứ,
Đào hoa y cựu tiếu đông phong.*

Thôi Hộ. (772 CN-846 CN)

* Có bản để là "xuân phong". Tuy nhiên, đông phong và xuân phong đều mang ý nghĩa là cơn gió của mùa xuân)

(1) Ghi lại những điều đã thấy năm xưa.

Ở *website*: http://thohoangnguyenchuong. weebly. com/th417-d7883ch-ch7919-haacuten/-tch-s-kin-x có ghi đại khái là:

"Thôi Hộ (崔護) tự là Ân Công (殷功), người ở Bác Lăng, đất nước Trung Hoa. Ông sống vào khoảng niên đại Trung Đường (Đường Đức Tông). Đây là một trong những áng thơ tình bất hủ của Thôi Hộ, được người xưa truyền bá rộng rãi cho đến tận ngày nay.

Giới thiệu sự tích bài thơ:
Theo giai thoại, nhân một lần trong dịp tiết Thanh minh, Thôi Hộ dạo chơi phía nam kinh đô Trường An. Chàng trai thấy có một vườn

đào đang nở hoa rất đẹp, chàng đến gõ cổng nhà ấy xin nước uống. Người ra mở cổng là một thiếu nữ xinh đẹp. Màu hồng của hoa đào và màu hồng của khuôn mặt giai nhân đã làm chàng trai sửng sốt. Uống nước xong, chàng cảm ơn ra đi (mà trong lòng luôn) mang theo hình bóng ấy.

Tiết Thanh minh năm sau, trở lại Đào hoa trang chàng cũng gõ cửa xin nước uống nhưng (chẳng còn được gặp lại thiếu nữ kia, mà hoa đào thì vẫn nở). Không nén được cảm xúc, chàng đã để bài thơ lên cổng rồi ra đi..."

Bản phiên dịch ra việt ngữ của bài thơ này thì đã có không biết là bao nhiêu tài danh thực hiện, như của Tản Đà, của Trần Trọng Kim... Xin phép tôi không tiện chép lại ra đây.

Mấy năm cuối thập niên 1960, đang đi dạy ở mấy trường trung học tư thục ở Sàigòn mà trong đời sống luôn cảm thấy bức bách trước thời cuộc lúc bấy giờ, tự cho phép mình đắm chìm vào giữa không khí Thơ Đường, như một cách trốn tránh thực tại, tôi đã liên tục diễn dịch độ vài trăm bài thơ của một số tác giả suốt từ các triều đại đời Tùy-Đường cho đến nhà Thanh bên Trung Hoa. Trong ấy có phần dịch bài thơ này như sau:

Thơ đề

Hôm nay năm ngoái cổng này
hoa đào cùng với mặt người hồng tươi
Người xưa nay đã đâu rồi
hoa đào vẫn mởn chào mời gió xuân.

Nhưng phải công nhận rằng từ ấy cho đến tận bây giờ, cá nhân tôi vẫn nghiệm ra thấy chưa có một nhà thơ Việt nào diễn dịch hay, lột tả được lộn ý của tác giả Thôi Hộ một cách

văn hoa hơn cả mà lại chỉ cần có một cặp lục bát như ở *Truyện Kiều của Nguyễn Du (1766-1820):*
"*Trước sau nào thấy bóng người*
Hoa đào năm ngoái còn cười gió đông"
(* câu thứ 2747 & 2748)

*

Thế rồi đến độ trên hai chục năm nay, tôi vẫn còn nhớ bài thơ xuân năm nào mình đã nhẹ nhàng một cách tình cờ viết ra tâm tư của chính cá nhân mình khi ngồi ngoài hiên nhà như sau:
"*Mưa xuân sáng bậc thềm*
cùng chim, lan, trúc huyền
trong trẻo tràn sinh khí
và mình thanh khiết thêm"

*

Và, đúng lúc tôi đang viết dở dang bài này thì Bảo Hà (tức Hà Quốc Bảo, hiện vẫn cư ngụ ở Richland, tiểu bang Washington) gọi phôn xuống thăm, rồi sau đó còn email cho tôi bức tranh Tết Quý Mão, nôm na gọi là tranh Tết Con Mèo, mà anh vừa vẽ tặng bạn hữu; trong bức tranh này anh đề bốn câu thơ mà hai câu đầu rút ra từ ca dao việt nam. Tôi mạn phép đưa vào đây để chúng ta cùng thưởng thức:
"*Con Mèo mà trèo cây cau*
hỏi thăm chú chuột đi đâu vắng nhà?
Chú chuột ra phố Bolsa
mua hoa mua quả về nhà đón Xuân"
29/12/2022.

"Con hơn cha là nhà có phúc"[1]

Trưa chủ nhật tuần vừa qua, bữa tiệc mừng sinh nhật thứ 83 của tôi đã được các con cháu xúm nhau tổ chức tại nhà gia đình đứa con thứ hai của tôi.

Đếm sơ đầu người thì thấy vắng tới gần một nửa, thế mà cũng trên ba chục nhân mạng, gồm cả con trai con gái-con dâu con rể-con kết nghĩa lẫn các cháu nội ngoại ríu rít lần lượt đến khoanh tay trình diện và thưa trình với tôi, ông nội-ông ngoại.

Đang ăn uống thì nhiều cú phôn liên tiếp gọi về, của những đứa con và cháu đang bận việc bất ngờ hay vì nhà ở xa, những Bắc Cali hay San Diego, không kịp đến.

Diễn tả dài dòng như vậy, mục đích là mong để quí vị cảm nhận được phần nào nỗi vui mừng lâng lâng dâng lên trong tôi, lúc ấy và ngay cả bây giờ khi tôi đang rỉ rả kể lại.

Thôi thì thuận tiện nhớ tới đâu, kể tới đó, nghen.

*

Nhỏ không học-lớn lượm lon.

Trên ba bàn lớn kê sẵn ở quanh phòng gia đình nối với phòng

---

[1] tục ngữ Việt Nam

khách, những khay thức ăn quá nhiều món bầy kín mặt bàn. Nhưng tôi chỉ nhớ ngay đến món gỏi gà luộc xé nhỏ trộn với nào là bắp cải thái mỏng ngào hành tây-hành lá, rau mùi, dấp cá, rau răm... thêm tỏi sống băm nhỏ, hạt tiêu giã nhuyễn, nước chanh vắt tươi, và một đĩa muối ớt cho ai muốn ăn đậm đà vừa miệng hơn. Món này do chính đứa con dâu cả thực hiện. Tôi được mời là ăn liền món này, vừa chậm rãi nhai-nuốt vừa nhâm nhi để thấm vào và hòa trộn trong tiềm thức, từng vị ngọt của thịt gà đến mùi thơm của rau tươi...

Sở dĩ tôi thích nhất món gỏi gà vì nó nhắc nhớ lại trong tận cùng ký ức đến thời xa xưa, hồi tôi còn bé ở quê, ngày giỗ ông bà tổ tiên hằng năm mới được thưởng thức. Bỗng dưng muốn khóc, tôi vội giả lả cười nói lớn với mấy đứa cháu đến ngồi cạnh.

Món thứ hai, cháo nấm. Đứa con dâu thứ hai nấu từ sáng rồi mà vẫn cứ để riu riu nguyên ở trên bếp, cho đến khi nào ai muốn ăn mới múc ra tô. Hỏi thì được nó thố lộ: Nước hầm xương heo sẵn với gạo cho mềm tơi ra, nấm hương xào với tỏi-chút ít muối hầm cho săn lại, đổ vào. Và đương nhiên là phải có thêm thịt viên và thịt bầm mà bọn nhỏ ưa thích, "nhưng còn riêng ba vốn không còn muốn ăn nhiều thịt nữa nên chỉ múc có một vài viên 'hương hoa' trong tô đưa cho ba thôi"...

Đấy. Quí vị nghe con dâu thứ hai của tôi nó nói nguyên văn như thế. Bảo sao mà tôi không 'quí' nó cho được! Thêm nữa, chính tôi không sao quên cái cách ăn-nhai và nuốt thật chậm cái món cháo nấm này: Ngoài cái tác dụng phù hợp với cách thức ăn uống từ tốn tránh mắc nghẹn hay sặc ho của người lớn tuổi, thực tình tôi còn như cố để lưu lại chút ít gì cụ thể, càng lâu càng thú, trong miệng mà nhớ tới bà vợ tôi đã vội ra đi sớm hơn tôi, trước đây 8 năm rồi...

Tôi ngồi giữa mấy đứa cháu nội-cháu ngoại.
(Hình chụp đâu hồi tôi mới về hưu, 2011- 2012.)

Tuy nhiên, một chi tiết khiến tôi xúc động sâu xa hơn cả là khi cậu con rể tôi nguyên gốc người Hoa hứng khởi đứng lên chúc mừng sinh nhật tôi bằng tiếng Việt giọng của dân 'Nam Kỳ chính gốc', thật rõ-thật sõi. Rồi nó kêu đứa con gái ra đứng khoanh tay trước mặt tôi mà nói lớn câu: chúc mừng sinh nhật ông ngoại.

Trong bụng đang thấy sướng mê đi..., tôi lại nghe nó hỏi thêm đứa con gái:

- Hồi nhỏ ông ngoại đã khuyên con câu nào?

- Nhỏ không học-lớn lượm lon!

*

Phước ông-trồng cây ăn trái[2]

Đề cập tới đứa con rể này, thì nhân dịp đây tôi cũng muốn 'khoe' thêm luôn một thể, nghen:

Đứa con rể tôi nó vốn sinh trưởng ở Singapore, đậu MBA và được biệt phái theo công ty sang kinh doanh ở Sàigòn hồi giữa thập niên 1990.

Đúng lúc ấy, con gái tôi vừa đậu xong trung học. Con nhỏ được cái thông minh lại bản tính chịu khó tìm tòi học vấn và có khiếu sinh ngữ: Từ bé, nhờ nhà tôi sống cạnh xóm nhiều người dân gốc Hoa cư ngụ, nó chơi thân với con cháu của họ nên nói sõi tiếng Quảng (Quảng Đông) lẫn tiếng Tiều (Triều Châu). Sáu năm trung học, tự nó chứ chẳng ai bắt buộc hay gợi ý gì cả, nó xin đi học thêm những lớp tối tiếng Pháp lẫn tiếng Anh nữa. Thế là nó biết nghe-nói đến 4 thứ tiếng. Nhờ vậy mà khi dự tuyển vào công ty liên doanh Việt-Singapore, một mình nó đáp ứng nhu cầu cần nhân viên người Việt nói-nghe được nhiều sinh ngữ khác, nhất là tiếng Hoa, thế là nó được đặc cách nhận; nhưng phía bên quản trị Việt đã kêu ra gặp riêng kín đáo giao nhiệm vụ bắt phải vừa làm vừa nghe lén rồi để báo cáo với phía quản trị Việt!

Vì gốc cha là tôi, vốn cựu tù học tập cải tạo, nó phải nín nhịn

---

[2] "Phước ông - trồng cây ăn trái
Phước tổ - ông bà dễ quậy nên hồ. "

riết rồi cũng đến lúc bức bối quá và may gặp người nó trực cảm là có thể tin cậy được, nó trút hết ra sự tình với cậu xếp singapore của nó, là con rể tương lai của tôi sau này. Anh ta thật tình thương xót hoàn cảnh mà chủ tâm kiếm cách cho con gái tôi thoát khỏi gông cùm làm ăn ten kinh tế kiểu ma giáo ấy: Năm 1999 anh con trai người Singapore này lại thêm một lần đối xử tốt nữa, giới thiệu con gái tôi thi tuyển vào làm nhân viên của phòng thông tin (Information center) trong tòa Tổng Lãnh Sự Anh quốc (British Council). Đến năm 2001, gia đình tôi đi tái định cư diện HO. Vẫn còn đang làm cho công ty gốc Singapore tại Sàigòn, cậu con rể này cậy cục xin chuyển bằng được sang bộ phận đại diện hãng của nó ở Hoa Kỳ. Rồi khi sinh đứa con gái mà tôi vừa đề cập đến ở trên thì vợ chồng nó mua được căn nhà ở Irvine.

Cuối năm 2011, ban đầu làm thợ lắp ráp, sau đó chuyển sang tài xế lái xe giao hàng cho hãng, ròng rã như vậy đã mười năm có thừa, tuổi tác cũng vừa đủ để được hưởng quyền xin về hưu theo luật định, tôi bắt đầu thong dong mấy tháng nghỉ ngơi cho đã đời. Rồi trong bữa tiệc mừng sinh nhật của tôi, vợ chồng con cái cháu chắt quây quần ăn uống vui vẻ với nhau ở nhà đứa con đầu, tôi chính thức tuyên bố từ nay sẽ hằng tuần tự trao trách nhiệm chăm sóc vườn tược cho đủ sáu căn nhà của con cháu, chỉ nghỉ mệt có ngày chủ nhật hằng tuần thôi.

Tụi nhỏ nhao nhao lên phản đối rằng cha già về hưu mà còn phải làm lụng nặng nhọc, ngộ nhỡ sơ sẩy tay chân thì khổ thân mà mọi người cũng áy náy không yên. Chúng nó năn nỉ vợ tôi phải can gián. Bà ấy bảo, tụi bay biết rõ cả rồi: Ổng muốn làm gì thì có trời cản! Hơn nữa, tụi bay thực tế từ tấm nhỏ tới giờ đã chứng kiến sinh hoạt của ổng rồi đó, ổng suốt đời lúc nào cũng mầy mò kiếm hết việc này thì lại làm sang cái khác, có bao giờ ổng chịu ngồi yên một chỗ đâu!

Tới nước này tôi thấy bắt buộc mình cũng phải nhẹ nhàng lên tiếng giãi bầy, mong cho êm một bề: Suốt đời ba ngồi không là bịnh! Hằng ngày phải có cái gì đó làm lụng lai rai, như tập thể dục vậy thôi. Tụi con đừng quá lo. Ba hứa là gặp chuyện gì nặng nề quá, ba sẽ kêu bọn chuyên môn chúng thực hiện, con cháu trả công cho họ. Hơn nữa, lương hưu trên ngàn một tháng, ba chỉ đủ chi dụng. Do đó, mỗi tháng các con cháu vốn sẵn đã biếu ba-má mỗi đứa tùy khả năng một vài trăm bạc để ba má sây sài dư dả; thì ngược lại, bây giờ ba về hưu mà chọn việc coi sóc vườn tược cho tất cả các con các cháu, cũng là một chuyện bình thường, tốt cho sức khỏe cơ thể lẫn cả cho tâm thần ba mà.

Tôi nói đại khái như vậy, thật sự chẳng phải chỉ vì mục đích trấn an gì chúng nó, mà tôi bộc lộ chính thâm tâm tôi muốn thực hiện điều này. May mắn sao tất cả chúng nó đều xem ra thật sự thấu hiểu là tôi thực muốn thế, nên mặc dù gắng gượng trong bụng nhưng không có đứa nào kỳ kèo thêm nữa.

Thế là tôi 'yên thân' một cách thỏa mãn, cứ thực hành những gì như ý muốn làm ở vườn nhà của chúng nó. Tụi nhỏ thì bàn tính sẵn với nhau: Từng gia đình chúng nó thay phiên, cứ trưa chủ nhật là một gia đình kéo vợ chồng con cái đến nhà tôi, nấu nướng gì đó để ăn chung với vợ chồng tôi. Thi thoảng mỗi tháng thế nào cũng có đứa đòi đưa vợ chồng tôi đi chợ chung, hay cùng con cháu ra công viên chơi, rồi tiện thế ăn ở nhà hàng một bữa.

Mấy năm sau, gia đình đứa con gái tôi có chồng người

Singapore, nhà ở Irvine đang gặp chuyện khó giải quyết: Chả là đứa cháu ngoại gái của tôi học lên trung học, cha mẹ nó muốn cho nó được theo học tại Oxford Academy trên thành phố Cypress. Trường nổi tiếng này chỉ nhận học sinh ngụ tại cùng lắm mấy thành phố quanh đấy thôi. Vợ chồng chưa biết phải làm sao thì tôi gợi ý rằng cứ ghi tên con chúng nó chuyển cư ngụ tại nhà tôi trên Garden Grove, còn tôi sẵn sàng hằng ngày xuống đưa cháu gái ngoại đi học tại trường này-chiều đón về. Không để chúng nó nghĩ ngợi nhiều, tôi 'phán 'ngay: Dứt khoát ba muốn làm tài xế đưa rước cháu ngoại ba, tụi bay phải trả tiền xăng mỗi tháng bốn trăm!

Tôi lại còn nhớ thêm rằng trong bốn năm làm tài xế đưa cháu ngoại gái đi học, bạn cùng lớp cháu tôi cũng được ông nội nó làm tài xế nhưng có lần ông kia phải về Việt Nam có việc gấp cần giải quyết trong thời gian độ hai ba tuần; ông này thố lộ than phiền thì tôi bảo ông ta: Tôi sẵn lòng thế chỗ ông vì đằng nào tôi cũng phải lo cho cháu gái ngoại mà, gắng thêm một đỗi đường tạt qua nhà cháu nội ông một chút, mỗi ngày chỉ tốn nửa tiếng đồng hồ nữa, nhằm nhò gì!

Bất chợt tôi đề nghị như vậy, thế mà từ đó tôi được thêm niềm vui: Ông kia đòi tôi phải cho ông kết thành bạn. Rồi ông ta còn gợi ý với bố mẹ của bạn học cháu ngoại tôi để họ chính thức xin tôi làm ông ngoại 'nuôi' luôn đứa con gái đó, bạn cháu ngoại tôi!

Tóm lại, tôi bây giờ luôn cảm thấy thật là thoải mái: Tự nhiên được thêm một đứa cháu ngoại 'nuôi', thêm bạn già chân tình, và túi quần mình thêm rủng rỉnh.

Tôi vẫn hằng tuần thỉnh thoảng rảnh là hẹn cà phê-ăn sáng

với bạn hữu. Nhưng tôi chưa bao giờ quên mua quà sinh nhật những thứ mà mỗi đứa cháu tôi thích nhất, thỉnh thoảng còn cùng chúng tiện đường tạt vào ăn kem-chè-bánh trái cây nữa. Tuy nhiên, trong thâm tâm điều mà tôi lấy làm hãnh diện nhất trong thời gian về hưu trí này chính là những kết quả học vấn của cháu nội-ngoại tôi. Như mới đây, cháu gái ngoại của tôi trong một buổi cá nhân học sinh lên thuyết trình để thực tập cho quen cách ăn nói-diễn tả ý tưởng trước cả lớp, nó kể lại chuyện tôi đã làm tài xế không những cho nó mà còn cả cho bạn nó nữa. Nguyên lớp lẫn cô giáo đều vỗ tay dài đặc biệt khen ngợi!

"Tôi, 15 tuổi, từ Sàigòn về quê nghỉ hè, cởi trần cưỡi trâu (thứ hai từ phải, hàng ngồi), như hồi còn nhỏ ở quê."

Và giữa năm nay, đứa cháu ngoại gái này vừa tốt nghiệp ưu hạng ngành Thiết kế đô thị, nó nhận giải thưởng đồng thời còn được học bổng sang nghiên cứu kiến trúc cổ Nhật tại thành phố Osaka.³

*

Có học mới nên thân.

Các bạn có biết lý do tại sao tôi lại chịu khó hoạt động tích cực như trên không?

Tôi thích rỉ rả kể chuyện mình, đôi khi lại hứng lên nhảy 'cóc' từ giai đoạn này sang giai đoạn khác, bạn đừng sốt ruột nghen.

Gia đình vốn quá nghèo lại đông con, ba má tôi chuyên đi làm tá điền (làm ruộng thuê) cho ông hội đồng giàu nhất xã. Nghe kể lại, lúc được một hai tuổi gì đó tôi đổ bệnh mê man thập tử nhất sinh, được bà nội tôi đốt ngải cứu khô được quấn thành khúc tròn to như điếu xì gà mà hơ vào huyệt Bách Hội (trên đỉnh đầu). Thế mà tôi tỉnh lại, nên được đặt tên tục là Mạnh. Đến tuổi chạy nhảy nhanh nhẹn rồi-chẳng còn nhớ rõ,

---

³ Những tin tức mới nhất về tình trạng học vấn của lớp thế hệ một rưỡi & hai trong cộng đồng người gốc Việt. Chẳng hạn như:
- "Học sinh gốc Việt tiếp tục 'thống lĩnh' HK Garden Grove: 9 thủ khoa và 13 á khoa"(Nguồn: https://www. nguoi-viet. com/little-saigon/hoc-sinh-goc-viet-tiep-tuc-thong-linh-hk-garden-grove-9-thu-khoa-va-13-a-khoa/?utm_source=Ng%C6%B0%E1%BB%9Di+Vi%E1%BB%87t+Newsletter&utm_campaign=45bc75c206-EMAIL_CAMPAIGN_2023_05_17_01_59&utm_medium=email&utm_term=0_cf5f0a479c-45bc75c206-157043941)

- "Học khu đông người Việt ở California nhận giải thưởng giáo dục song ngữ Anh - Việt"| VOA Tiếng Việt (https://www. youtube. com/watch?v=qGfirf_UJEU)

- "Chương trình giảng dạy song ngữ Anh-Việt ở California", bài của Titi Mary Trần đăng trên VOA 21/05/2023-[https://www. voatiengviet. com/a/7101282. html;)

dường như độ 3, 4 tuổi -, tôi đã theo ba má đến chăn trâu cho nhà ông Bá Hộ.

Có lần chính tai tôi nghe ông Bá Hộ xỉ vả ba tôi bằng câu: "Vợ chồng mày mần ăn trong một năm chỉ bằng tao ngồi không-chỉ tay năm ngón một ngày!"

Suốt tuổi nhỏ theo ba đi làm cỏ-chăn trâu-cày-bừa-nhổ mạ-cấy lúa-nhẹ nhất là hái trái cây mướn trong vườn ông Hội Đồng. Mỗi lần chẳng may gặp phải con ông chủ là y như rằng nó kêu lại sai bảo còn hơn con ở; có khi nó tinh nghịch bắt tôi phải bò để 'cậu chủ' cưỡi nhong nhong trên lưng, hai chân nó đá vào ba sườn tôi mà hét: "Sao bò chậm vậy!" Trong lúc ấy, bao giờ ba tôi cũng lầm lũi cúi mặt trên công việc.

Chỉ khi nào cha con tôi ra làm việc ngoài đồng bên nhau mới thấy thật khuây khỏa: Trưa, rửa mặt tay chân để ăn cơm vắt nhà mang theo, ba tôi nằm nghỉ bên vệ cỏ, hai tay làm gối sau ót ngửa mặt nhìn trời nhưng cũng lặng thinh...

Nhiều lần thấy ông nói mà như lầm bầm một mình. Như có lần ngó sang thấy tôi vừa ăn vừa đọc cuốn Quốc Văn Giáo Khoa Thư lớp Đồng Ấu, ông bâng quơ nói: "Đầu tư vào giáo dục, không bao giờ lỗi cả"

Lần khác, ăn xong tôi mệt quá ngủ thiếp đi chẳng biết bao lâu. Tới khi chợt thức giấc, tôi lại nghe ông nói bên cạnh, giọng có vẻ ngậm ngùi: "Thằng lính phải gác cho sĩ quan ngủ."
Chỉ có một lần thấy tôi không mang theo sách đọc khi ra đồng chăn trâu, ông kêu lại và đọc lớn câu lục bát:

"Nhà giàu học giỏi-thường tình
Nghèo mà học giỏi thành danh mới là!"

Chợt động tâm, tôi xuýt xoa trong bụng: "Cha! Ba tôi còn thuộc cả thơ phú nữa sao?!" Tôi thắc mắc... và cứ thế, lần lượt nhớ lại tất cả những lời nói, đại khái như vừa kể trên kia, cũng vẫn của ba tôi... Nối kết với thực tế của gia đình mình, tôi bỗng từ từ ngộ ra rằng trước đây các anh chị tôi cũng đã từng theo phụ việc cho ba má tôi nhưng người nào cũng cắm cúi làm xong, đến giờ nghỉ lao thì nằm dài ra ngủ, chưa có ai được như tôi: Tự động biết chịu khó đem sách theo, rảnh là đọc là học. Chứng kiến vậy, ba tôi ổng mới chủ tâm muốn gián tiếp chỉ dạy, để xem tôi có thật sự muốn học chữ hay không. Trời đất ơi! Xưa nay thấy ổng chỉ nín thinh, lầm lũi làm việc mà tưởng ổng 'cù lần'. Lầm to rồi! Ông thế mà thâm thúy-tinh tế dữ thần đó à nghen!

Và cũng chính nhờ từ kinh nghiệm này trở thành nếp trong tôi cho đến khi lớn lên- trưởng thành và về già, là gặp bất cứ thứ gì tôi tự mầy mò tìm hiểu cho ra lẽ, chẳng chịu hời hợt bao giờ.

Đến 7 tuổi, tôi chủ động đòi đi học. Ba tôi gật đầu liền. Qua vòng sát hạch, tôi được đặc cách chẳng những không phải học lớp mẫu giáo mà còn vượt một niên khóa (lớp Năm) vào học thẳng Lớp Tư trường tiểu học xã gần nhà. Tôi xin học buổi tối của những người lớn tuổi, để ban ngày vẫn có thể tiếp tục đi chăn trâu hay phụ việc với ba má.

Đậu tiểu học xong, tôi xin lên Sài gòn thi tuyển vào Đệ Thất trường trung học công lập Pétrus Trương Vĩnh Ký, đậu luôn! Về báo kết quả, tôi chưa bao giờ thấy ông già ba tôi hể hả cười lớn như vậy!

Đến năm 1961, tôi là đứa trẻ đầu tiên trong xã quê tôi đậu Tú

Tài II. Và thi ngay vào học Đại Học Sư Phạm cấp tốc 2 năm vì tôi chủ trương sớm ra đời đi dạy để tạo ngân quỹ gia đình giúp các em có cơ hội được học tiếp lên.

*

Sống, tôi luyện nhân cách. [4]

Ra trường, tôi được bổ về dạy mấy lớp cấp hai trung học (các lớp 6, 7, 8 và 9-tức Intermidate School bên Hoa Kỳ này) tại tỉnh Tây Ninh 2 niên khóa; sau xin về được dạy mấy trường ở tỉnh nhà, Long An, yên ắng thêm 5 niên khóa nữa. Về môn dạy thì tùy theo nhu cầu của từng trường, ông giám học cắt cử tôi lúc thì dạy Sử-Địa, lúc Công Dân Giáo Dục, lúc thì vạn vật hay lý-hóa... nhưng riêng tôi càng ngày càng thấy thích được dạy môn Toán nhất. Cho nên vừa đi dạy, tôi vừa ghi danh học môn chuyên Toán ở phân khoa Khoa Học sàigòn. Phần đông các sinh viên học toàn thời gian nếu chăm và giỏi, nhanh nhất cũng phải mất 4 năm niên khóa mới lấy được bằng cử nhân Toán. Còn tôi ghi danh đấy nhưng ít khi sắp xếp được dịp trực tiếp vào lớp nghe giảng, chỉ mua những tập bài giảng của các giáo sư quay ronéo về nghiền ngẫm và xin sao chép lại những trang vở do bạn cùng lớp chịu khó ghi chép mà tốt bụng cho

---

[4] "Học nhi thời tập chi - bất diệc duyệt hồ?": Học mà thường xuyên luyện tập - há chẳng vui thích lắm sao?-(Luận ngữ)

- "Có học có hành
 mới hình thành nhân cách"

- "Có lăn lộn mới tỏ mặt anh tài
 có từng trải mới biết đúng biết sai.

- "Con người sống để trau dồi nhân cách
 hay tự chôn vùi - khó lách ngoi lên".

mượn để xem bổ túc kiến thức, tìm hiểu nội dung ý chính của từng giáo sư một, mục đích là đến kỳ thi viết bài hay vào vấn đáp thì trả lời đúng ý chính nội dung đề tài của từng giáo sư một. Ròng rã bẩy năm sau tôi mới kỳ khu giật được cái cử nhân giáo khoa Toán.

Nộp bằng để được chuyển ngạch lên dạy mấy lớp cấp 3 (Lớp 10, 11, 12-High School), tôi nhân tiện xin đổi về dạy trường Nguyễn Thượng Hiền (Ngã Ba Ông Tạ, Gia Định), ngay phía đông đông bắc ngoại thành Sài Gòn. Vì vợ tôi đã có việc làm tại đó và đã mua nhà ở gần đấy mấy năm rồi; hơn nữa, bọn trẻ con tôi chúng cũng đang học các trường tiểu-trung học quanh đó.

Giữa năm 1973, tôi mới thấy sáng sủa rọi tới, cuộc đời mình đến thời gian này có thể được gọi là tạm ổn. Nhất là ba má tôi thật sự hài lòng: Chưa bao giờ mà tôi lại được chứng kiến cảnh ba tôi sáng diện bộ bà ba lụa Lèo, tà tà bước ra đầu ngõ hẻm ngồi uống một ly "sây chừng" rồi nhâm nhi cái bánh bao mà ha hả cười với mấy ông bạn già hàng xóm!

Nhưng xem ra cái phần số của đời tôi phải luôn quầy quật tích cực cố sức vươn lên mới may ra được sống còn hay sao ấy: Tạm ổn như vậy được chưa đầy ba năm sau, Ba Mươi Tháng Tư Bẩy Lăm 'xập tiệm'. Tôi khăn gói quả mướp cùng anh em vào ở tù.

Đi tù-lao động tay chân, đa số là nhà giáo đều trầy vi sứt vẩy cả. Riêng tôi vốn gốc nông dân sẵn, quá quen việc mần ruộng-chăn trâu nên làm bất cứ việc gì tôi cũng thừa thì giờ vui vẻ phụ giúp các bạn trong đội-trong láng. Ăn-ở cũng vậy, ai cũng than; chỉ mình tôi bứt mấy ngọn rau dại ngoài bãi, bắt con ếch con nhái hay mò con cua con rạm là nấu thành món canh, húp xùm xụp! Ngủ trên sàn đan bằng nan tre ọp ẹp, nghỉ làm ai cũng nằm trằn trọc không yên; riêng tôi ngồi lên sàn, xoa hai lòng bàn chân vào với nhau rồi ngả ra đánh một giấc tới sáng! Nhờ vậy, thời gian tù qua cái vù, gần hai năm sau tôi được kêu ra thả về đi dạy lại. Nhưng lương tháng chỉ được sáu chục đồng bạc mới, phụ với tiền vợ kiếm ngoài chợ không sao đủ cho cả nhà 6, 7 miệng ăn. Còn thằng con cả của tôi vừa tốt nghiệp trung học, dù hạng ưu nhưng cha gốc 'ngụy' công nhân viên, khó được tuyển vào học đại học hay xin được việc nào làm kiếm cơm... Tôi đang loay hoay chưa biết phải tính sao, thì một anh bạn giáo sư cũ, không biết có họ hàng hang hốc hoặc nằm vùng hay nhờ giỏi chạy chọt thế nào, mà được bổ làm giám đốc Trung tâm giáo dục kỹ thuật hướng nghiệp tổng hợp của quận Tân Bình. Anh ta nhìn ngó thế nào mà cứ nhất định mời tôi làm phó cho anh ta. Khấp khởi mừng thầm trong bụng, tôi hai ba tháng đầu lo sắp xếp người ngợm ban ngành vừa tạm ổn mà chưa thấy anh bạn giám đốc đề cập gì tới vụ lương lậu. Một hôm anh giám đốc kêu tôi đi cùng đến trụ sở một Hợp Tác Xã may mặc trong quận. Hai chúng tôi được đón tiếp long trọng, được mời ăn trưa thật thịnh soạn. Khi tiễn ra xe, ông chủ tịch hợp tác xã này trao tay một bao gạo cho anh giám đốc của tôi. Về đến cơ quan, hai người chúng tôi vào văn phòng, anh giám đốc giở bao tưởng là đựng gạo kia ra: một triệu rưởi! Anh liền bảo tôi thiết lập giấy tờ ký hợp đồng dài hạn chính thức giới thiệu sản phẩm của hợp tác xã này phân phối cho các đầu mối tiêu thụ trong quận lẫn những cửa tiệm ngoài phố. Ngay hôm sau, anh ta trao cho tôi ba ngàn:

- Lương ba tháng của anh đó nghen!

Tôi chết trân: Với những gì tôi biết thì chức phó giám đốc thường được lương độ chừng cao lắm cũng chỉ trăm- trăm rưỡi là xộp lắm rồi, đâu mà tới những một ngàn bạc lận!

Thôi rồi... Tôi lặng câm. Tôi đột nhiên thấy mình như một con người thoát một cái là thấy mình đang sống trong một xã hội nào đó, không hề là cái xã hội mà tôi từng được sống qua... Nhưng vẫn là xã hội đấy chứ... Ô! thì ra cái mốc điểm tháng Năm 1975 đã từ từ biến xã hội này thành một xã hội nào khác hẳn trước đây...

Thế là cùng lúc ấy, tôi đã liền dự định trong đầu, sớm muộn gì cũng phải kiếm cớ để rút lui. Nhưng cũng lúc ấy đứa con trai đầu của tôi nó vừa đậu xong trung học đang dự thi vào đại học Y-Dược, nó yêu cầu lấy giấy chứng nhận chức phó giám đốc Trung tâm giáo dục này, như một thứ chứng minh thư là công nhân viên chức để có hy vọng qua khỏi cửa ải xét lý lịch. Một tháng sau, hồ sơ bị gửi trả lại, các phần nhận xét khác đều được cả, nhất là phần học vấn thì khá, chỉ có phần 'đối tượng dự thi' ghi là hạng thứ 11, tức là chót hạng vì cha vốn là giáo viên của chế độ 'ngụy' bị 'đánh giá' là không đủ tiêu chuẩn 'chính trị' để vào học.

Tôi đang cố gắng sống còn để con cháu tôi được sống như thứ dân bình thường mà như vậy là hỏng! Toàn thân toát mồ hôi, tôi đổ bịnh bất ngờ: mê man lúc nóng lúc lạnh, mất cảm giác cân bằng, bước xuống giường là té, đứng dậy thì lao đao không sao đi được. Uống bao nhiêu thứ thuốc cảm-sốt-bao tử-không khỏi. Đi khám, y sĩ chẳng mò ra bệnh gì, chỉ khuyên về nghỉ-ăn cháo cho dễ tiêu. Lụi đụi cả ba tuần sau tôi mới giảm dần cơn sốt, nhưng mất tới trên mười ký lô trọng lượng cơ thể, người hốc hác hẳn.

Lên trình diện cơ quan, ông giám đốc thấy tôi người ốm rạc đi nên bảo về tiếp tục dưỡng bệnh. Tôi trình bày rằng chức phó giám đốc trung tâm đang lúc cần thường xuyên có mặt để điều hành mà bây giờ nghỉ mãi đâu tiện, xin cho tạm rời chức vụ. Tháng sau, đi đứng người vẫn lao đao, tôi lên sở xin chuyển về dạy học lại, được dễ dàng chấp thuận.

Thế là tôi về trường cũ dạy toán, tuần 18 tiếng[5], dồn lại trong ba ngày thôi. Bốn ngày trong mỗi tuần kia tôi chạy xe ôm mà tháng kiếm thường gấp bốn lần lương dạy học!

Nhưng giai đoạn này vẫn có những chuyện gặp mà tôi rất thoải mái 'khoe' ở đây là cực thì có cực, tuy nhiên tôi lại nhận được những tình cảm chân thành của lớp học trò: Có nhiều đứa tình cờ gặp tôi chạy xe ôm, chúng ôm chầm lấy, cả thầy lẫn trò đều ràn rụa nước mắt trên mặt... Rồi bẵng đi một hai thập niên sau, tình cờ may mắn gặp lại bên này-chúng cùng tôi đều tái định cư, mấy đứa cả trai lẫn gái đều tìm đến và nhất định 'bắt' tôi phải nhận chúng làm con kết nghĩa. Thế là tôi bỗng dưng có thêm những đứa cháu nội-ngoại nữa. Của đáng tội, tôi chưa hề thực sự nuôi chúng một ngày nào!

---

[5] Giáo sư đệ nhị cấp trung học chính ngạch thuộc bộ Quốc Gia Giáo Dục thời VNCH trước 75 thường dạy 15 giờ/ tuần lễ.

"... Chín cái lênh đênh"[1]

- Trông cậu có vẻ không được khỏe lắm?

- Thế sao...

- Da mặt trắng xanh... Mà hình như có sụt cân, phải không?

- Vâng. Hai tuần trước bệnh trĩ tự dưng tái phát. May mà được cháu Thiên Di đưa đi cấp cứu kịp thời. Nhờ vậy mà chỉ sau một đêm chữa trị thì tình trạng ổn định, được cho về dưỡng ở nhà...

- Ồ. Cô bé Thiên Di ấy sao... Năm nay Thiên Di lớn lắm rồi phỏng?

- Cháu nó sinh năm 1991, anh ạ.

- Vậy hả!... Tớ tò mò một chút, được không?

- Anh cứ tự nhiên.

- Vừa nảy ra một thắc mắc là sao cậu lại đặt tên cháu là Thiên Di nhỉ?

- Ấy. Thiên Di, ra đi ngàn dặm, tới nơi khác sống cách xa quê

---

[1] "Ba chìm - bảy nổi - chín cái lênh đênh", và:
"Ngôi nhà thì có nền có mái
con cái thì có mẹ có cha"

hương đến cả ngàn dặm đường. Cái tên này đột nhiên đã nẩy ra trong trí tôi lúc ấy... Thực ra nó vốn sẵn mang nội dung của một dự tính cấp thiết trong tôi ở thời buổi ấy. Vậy mà càng về sau tôi lại chiêm nghiệm rõ ra rằng không những thế, nó vô tình còn là mốc điểm chi phối đến sự sống còn của cả gia đình tôi...

"Phải đâu ăn xổi ở thì" [2]

Như đã có lần thố lộ với anh: Đại khái là tôi được thả ra từ trại tù cải tạo vào cuối năm 1981, một mình về tạm trú tại căn nhà trong khu Thanh Đa, quận Bình Thạnh. Căn nhà này vốn được cho phép mua hồi bố tôi làm đốc công của Tổng Cục Gia Cư trước Bẩy Lăm. Ở tạm là vì đã có sẵn giấy báo là phải thu xếp ngay để đi vùng kinh tế mới ở nông trường Phước Bình, Phước Long.

Vợ con vốn trước đấy, trong thời gian tôi ở tù, đã phải co cụm lại mới mong sống còn, rúm ró về cư ngụ nhà mẹ vợ; mình tôi vác xác đi kinh tế mới.

Nhưng chỉ mấy tháng sau là ốm liệt giường, sốt rét trọc cả đầu, nên tôi kiếm đường trốn về Sàigòn. Bà mẹ vợ phải thu xếp cho cả gia đình tôi, lúc ấy mới chỉ có đứa con gái đầu là Gia Trung, 3 nhân mạng nhét vào một căn phòng kín đáo trên lầu một. Thế rồi vợ chồng cứ thế mà bươn trải suốt cả ngày: Vợ đi may vá cho người ta, chắt bóp một thời gian để thuê rồi sau đó mua luôn được chiếc máy may cũ mềm mà vẫn để tại tiệm của

---

[2] "Phải điều ăn xổi ở thì,

Tiết trăm năm nỡ bỏ đi một ngày!"2 câu thứ 509 & 510 trong Truyện Kiều của Nguyễn Du.

người ta, vừa nhận đồ sửa vừa may quần áo mới bán sỉ cho các nơi đặt hàng. Còn tôi vì trốn lánh từ nông trường về nên cùng lắm thì sáng sớm trời còn tối mịt đã rời khỏi nhà, cho tới khuya, thường là gần nửa đêm mới dám mò về. Ban đầu được một anh bạn quen từ trong tù cho phụ chạy xe ba gác, sau thuê chiếc xích lô chạy riêng. Cứ thế, trên hai năm sau, mới cố mua chiếc honda dame cũ chạy mối; trong thời gian đó tôi cũng phải mánh mung mua dần được mấy thứ giấy tờ tùy thân hợp lệ thủ thân để mỗi khi đi đường ngộ nhỡ bị xét hỏi bất ngờ...

Đến đầu năm 1985, vợ chồng tôi ăn nên làm ra vượt bực: Vợ tôi điều khiển một tiệm may, ban đầu quầy quật tự quản bằng tay nghề khéo; sau nhờ tôi bắt được mối thầu dây chuyền từ những con buôn chuyên mua trực tiếp đồ cứu trợ của thân nhân gửi về được bán lại ngay tại phi trường Tân Sơn Nhất. Tất cả đều là hàng xịn, mua một bán lời ba-năm! Chừng một năm là vợ chồng tôi đã banh ra mở thêm những 2 tiệm nữa: Một chuyên bán quần jean-áo Polo thời trang xịn của Mỹ bậc nhất tại Sàigòn hồi đó, ngay ở đại lộ Trần Hưng Đạo cũ. Hai là tiệm vàng, chuyên phân kim, đáp ứng với phong trào đang cần các thứ trang sức mang theo người để đút lót mong giữ được mạng sống trên đường vượt biển-vượt biên lậu...

Sau này nghiệm lại mới thấy rằng bộc phát nhanh như vậy thì ắt rồi sẽ gặp trở ngại.

Số là cả vợ lẫn chồng cứ thế mà bươi trải không ngừng nghỉ, trong khi con so mới sinh chưa đầy năm, bắt buộc phải mướn đỡ một cô bé nuôi mười mấy tuổi mới từ quê lên thì mới được giá rẻ. Một buổi tối 9 giờ có chuyện tạt qua nhà, đúng lúc bé Gia Trung một mình lầm lũi bò ra đầu cầu thang, nếu tôi đỡ không kịp thì nó đã hụt rớt lăn trên những bậc thang dốc xuống tầng trệt!

Đang mệt mỏi mà bụng thì đói lả, tôi bỗng dưng nổi giận hét lớn gọi cô bé người làm. Nó bận làm gì chẳng biết, chạy đến nơi thì bị tôi điên tiết đá cho nó một cái vào mông. Con bé người làm lẫn Gia Trung con tôi đều khóc thét lên, khiến anh hai của vợ tôi ở căn phòng lầu bên cạnh bước ra thấy thế thì đột buông nặng những lời chửa rủa, làm như sẵn dịp anh ta muốn trút ra những bực tức dồn nén trong lòng lâu nay vì tình trạng vợ chồng tôi về ở lậu, khiến gia đình anh ta phải ép bụng nhường bớt phòng. Rồi khi bước xuống nhà trệt, anh ta chưa đã nư, tiện chân đá chiếc honda của tôi đổ lăn kềnh, xăng bật đổ ra lênh láng!

Bà mẹ vợ tôi chạy ra hết lời can ngăn con trai-con rể. Nhưng riêng phần tôi lúc ấy tự nghiệm thấy tình thế như nước đổ đã tràn khỏi ly, lại còn lo rằng nhân dịp này ông anh vợ dám báo công an là tôi trốn từ vùng kinh tế mới về ở lậu nữa; mặc dù tôi đã chịu 'chung' hàng tháng đều lâu nay để cho tên công an khu vực lơ đi! Thế là tôi đã thấy cần dứt khoát trong bụng là phải ra ở riêng gấp, càng sớm càng an toàn.

Tiện mấy ngày trước có được người bạn hàng giới thiệu đến một căn nhà nép sau ngõ hẻm góc Kỳ Đồng-Trương Minh Giảng. Vào xem thì thấy đấy là căn nhà mái ngói đỏ sậm màu rêu, nằm khuất nẻo ngay sát một căn biệt thự mới xây bên ngoài, tính từ góc đường đi vào. Thăm hỏi một lượt, tôi biết thêm nhiều chi tiết về căn nhà này: Nó cũ cũng đến ít nhất cả nửa thế kỷ rồi, trước 75 căn nhà này vốn đây được dùng làm căn cứ giao liên bí mật của đường dây nằm vùng, bây giờ bị bỏ hoang lâu vì nghe nói có ma ám gì đó... Nhưng đang trong hoàn cảnh bí lối, dù mẹ vợ gia sức cản ngăn, tôi đành liều đặc cọc mua và tức khắc chở vợ con từ căn gác xép của nhà mẹ vợ đến ngay, rồi nhờ thợ sửa sang sơ lại gấp. Thợ sửa vài ngày xong. Lúc thanh toán tiền công, họ trao lại tôi một gói giấy dầu cũ đầy bụi bặm; trong ấy có bộ bài tứ sắc và chiếc nanh heo rừng, đầu lớn bịt bạc nối với một sợi dây lụa, dường như để đeo vào cổ. Anh thợ sửa nhà còn góp ý theo kinh nghiệm cá nhân: Đây có thể là thứ mà người ta 'yểm' ở trên góc cột kèo cao sát gần mái nhà!

Nghe vậy, vợ tôi ớn sợ. Còn tôi sẵn tính bướng quen nên cố 'cương' mở miệng trấn an vợ để trì hoãn bằng cách bảo là cứ ở đại, xem sao cái đã. Mà quả thật, vợ chồng dù đều chộn rộn trong lòng đấy nhưng thực tế thì gia đình tôi đang phải ở thế bó buộc 'cố đấm ăn xôi', nấn ná cư ngụ riết rồi sau mấy tháng vẫn được yên ổn, thấy chẳng có gì lạ xảy đến cả. Chỉ khổ một cái là ở thế của vợ tôi bắt buộc phải cẩn thận hơn trước, nghĩa là chịu khó mỗi sáng đưa con ra tiệm cùng với nhỏ người làm để tiện luôn ngó chừng. Và cứ thế, đầu tắt mặt tối từng ngày như vậy cũng đã khiến phai nhạt dần đi nỗi sợ hãi trong tâm trí của vợ tôi.

"... *Ngàn dặm ra đi*"[3]

Lu bu quay cuồng trong cuộc sống hằng ngày, thế mà trong thâm tâm tôi vẫn luôn và càng ngày càng nhận thấy rõ mình

---

[3] câu hát "Nước non ngàn dặm ra đi... "của ca khúc thứ 10 trong trường ca 'Con Đường Cái Quan' của Phạm Duy. [https://phamduy. com/vi/am-nhac/truong-ca/con-duong-cai-quan/5168-truong-ca-con-duong-cai-quan;)

chỉ đang sống ở bên rìa xã hội này, mặc dù vợ chồng tôi càng ngày càng kiếm tiền một cách dễ dàng hơn bao giờ hết, và đồng thời cũng vẫn chịu 'chung' cho không những đủ mọi thứ công an phường-khóm-quận mà phải nín nhịn ngọt nhạt với hàng xóm láng giềng để mua lấy tình trạng yên thân mong manh từng chập: Từ giấy tờ tùy thân đến nhà ở và những đường dây buôn bán chui; trong ấy, giao tế bao giờ cũng phải luôn mềm mỏng xí xóa sao cho luôn bằng mặt chứ ít khi trong lòng hể hả vui thực sự, mục đích là để mọi thứ được trót lọt một cách lửng lơ...

Thoắng một cái, mấy năm trôi tuột qua mau, đến sự kiện chấn động toàn thế giới, khối cộng sản quốc tế tan rã năm 1990 ập tới. Trong khi ấy, cái xã hội của chính trên lãnh thổ dân tộc mình vốn đã nhầy nhụa vận hành lâu nay, bấy giờ còn xem ra lại càng thêm rối mù hơn nữa. Tôi thấy mịt mờ tương lai trước mặt, chẳng những cho cá nhân tôi mà cả gia đình..., nhất là cho con cháu tôi.

Và đầu năm 1991, đứa con gái thứ hai của vợ chồng tôi chào đời.

Độ tháng sau, tên công an quen trong đường dây buôn bán ở gần nhà tự dưng đưa tới giấy báo chính thức báo tôi lên nộp đơn xin xuất ngoại theo diện HO. Hắn sốt sắng đưa giấy báo này rõ rệt là để nhận 'hoa hồng' và còn thòng một câu rằng muốn 'bôi trơn' cho trót lọt thì cứ việc cùng hắn từng chặng từng chặng tiến tới. Rõ rệt là hắn đang trâng tráo mong dẫn mối để hưởng lợi. Còn tôi và gia đình cứ như kiểu này thì chả biết theo đuổi và chi tới bao giờ mới thực sự hiện thực đây! Nghe hắn rỉ tai mà tôi vừa chán ngán vừa tủi hổ trong ngập ngừng. Còn vợ tôi thì sốt nóng nên nhất định lôi tôi đến một bà 'đồng' hiện đang nổi tiếng bói toán linh nghiệm. Bà ta đã phán một câu ngon lành: "Đi biển là chết. Nhưng ngược lại, sẽ rời VN mà có võng lọng trống kèn tiễn đưa!" Tôi bật cười... Đúng lúc ấy, vợ tôi hỏi chuyện đặt tên cho đứa con gái thứ nhì mới sinh để thiết lập giấy khai sinh, tôi liền buột miệng: Thiên Di.

Và một ông bác họ của tôi ở Hànội vào Sàigòn thăm con cháu ông đã rời Bắc đi làm việc trong Nam lâu nay, nhân dịp đến nhận họ hàng với tôi. Được cái tính tình điềm đạm và rất thân mật với bố tôi từ thuở nhỏ ở quê, ông ấy đã không những chẳng tỏ ra "nhận họ nhận hàng" [4] theo thói đời đã và đang từng xẩy ra cả từ trên mười lăm năm nay mà còn xem ra thực sự chân tình đối với con cháu được may mắn gặp lại. Nghe đến chuyện đi HO của tôi, ông gợi ý: Đằng nào giấy tờ thì cũng phải gốc từ cơ quan trung ương quyết định, vậy thì sao tôi chẳng nên ra Bắc một chuyến với ông. Bàn bạc với vợ xong, tôi quyết định theo ông bác ấy ra Hànội, ngụ tại nhà ông trên một tháng. Ông ấy dẫn tới một vị tóc đã bạc đang cư ngụ với vợ căn nhà cũ kỹ trong một ngõ hẻm cụt. Nghe sơ qua vấn đề, vị ấy trao cho tôi tấm danh thiếp, bảo lên đó sẽ giải quyết cho. Sáng hôm sau, tôi lên trụ sở bộ Quốc Phòng, trình danh thiếp và được hướng dẫn tới văn phòng cục xuất nhập cảnh. Tôi

---

[4] nhận họ chỉ với mục đích được cho và cố ý vơ vét đủ mọi thứ 'quà' mang về Bắc! Trường hợp ấy đã tràn lan xẩy ra cả trên một thập niên đầu (1975-1985) tại những gia đình vốn là cư dân tại Miền Nam Việt Nam sau năm 1975 có bà con từ Bắc vào thăm. Khách quan nhận định, chẳng qua cũng chỉ vì cuộc sống họ bần cùng quá rồi thêm sống lâu nhiễm nặng nếp văn hóa lật lọng - thiếu nền tảng nhân cách dưới chế độ ấy.

bước vào thì chính vị ấy đeo lon đại tá từ bàn giấy đứng dậy tiếp, nhận đủ giấy tờ cần thiết ông ta hẹn gặp lại. Ba ngày nữa, tôi trở lên thì vị ấy trao tay cái giấy chính thức cho phép cả gia đình tôi bốn nhân khẩu được xuất cảnh theo chương trình HO.

Sững sờ vì có bao giờ ngờ được lại xuôi rót như vậy, tôi thấy phải cụ thể thể hiện lòng biết ơn của mình nên hội ý ngay với ông bác họ... Cuối cùng được vị ấy trả lời là chỉ đồng tình sẵn sàng dự một bữa tiệc nhỏ tại nhà riêng, như để tôi thỏa mãn cách thức tạ ơn mà thôi.

Như vậy, chưa đầy một tuần, việc hệ trọng nhất ấy kết thúc tốt đẹp quá sức tưởng tượng. Ông bác họ điềm đạm đề nghị tôi nên nhân dịp hiếm này về thăm quê cha đất tổ, họ nội ở Nam Định và họ ngoại ở Phủ Lý, cho lần đầu tiên trong đời. Tôi hứng chí đồng ý ngay; và ông bác có lẽ cảm thấy an ủi nên đã chịu khó chủ động hướng dẫn đường đi nước bước cho tôi thông suốt chuyến ngoái lại cội nguồn này.

Về lại Sàigòn, tôi hưởng thêm một tin vui bất ngờ nữa: Ông bác ngoài Hànội gọi vào cho biết người em của ông đã sang định cư ở Mỹ từ năm Bảy Lăm, bây giờ nghe nói gia đình tôi vừa được phép xuất cảnh, ông ấy bắn tiếng là sẵn sàng đứng tên bảo lãnh theo diện HO. Và ông bác ở Hànội đã tự động trực tiếp vội để gặp hỏi thăm xem sao thì vị đại tá kia liền cho bổ túc ngay chi tiết có người bảo trợ vào hồ sơ xin xuất cảnh của tôi!

Thế rồi mấy tháng sau, tháng 10 -1991 (ngày nào, tôi quên mất rồi), đúng vào buổi gia đình tôi ra phi trường thì ông chủ biệt thự sát bên đường đột ngột mất, họ tổ chức đưa đám tang rình rang đến độ thuê cả đội nhạc tây lẫn một phường bát âm, cờ quạt muôn màu tới mỡ-kèn trống tây ta vang lừng cả ngày trước ngõ nhà tôi!

Bà vợ tôi hứng khởi quá đến độ lớn tiếng phát ngôn với họ hàng đưa tiễn gia đình tôi rằng bà thầy đã phán đúng phóc từ nửa năm trước là chúng tôi ra đi giữa đám rước trống kèn tưng bừng! Tôi trong bụng nghiệm thấy 'nhận vơ' như thế có phần khiên cưỡng o ép đấy, nhưng chỉ khó chịu trong lòng mà yên lặng lờ đi.

Gia đình tôi bốn nhân mạng, mỗi người cầm một cái túi đựng hồ sơ ngoài đề ba chữ tắt của Cơ quan Di Trú Liên Hiệp Quốc to tổ bố IOM, khuân linh kinh hòm rương, lếch thếch lên chiếc máy bay thương mại quốc tế khổng lồ của hãng Cathay Pacific Airlines, từ phi trường Tân Sơn Nhất sang Hồng Kông, nghỉ mấy tiếng đồng hồ rồi lên bay tiếp sang đến Seattle đúng quá khuya về sáng.

Rời phi cơ, chúng tôi lạnh run, lủi thủi mà ngơ ngáo trong đoàn khách lũ lượt. Chỉ chốc lát là khách cùng chuyến tản mát mất tiêu, hành lang chỉ chỏng trơ những hàng ghế, lặng như tờ! Kiếm một góc tường sát quầy soát vé trống trơn, vội moi từ hòm rương linh kinh ra mấy bộ quần áo để quấn cho vợ và hai con, vậy mà xem ra họ vẫn đều run cầm cập, tôi cũng có khác gì đâu nhưng tình thế vẫn phải cứ một mình xoay trở, mà trong bụng rối beng chẳng biết phải làm gì nữa, cứ vẩn vơ quay trước ngoặt sau...

Bấn bíu như vậy chẳng còn biết bao nhiêu sau mới thấy có một anh mặc chiếc áo khoác đề chữ IOM, anh ta gốc người Phi Luật Tân đến dòm chừng rồi lên tiếng hỏi: Có phải gia đình đi HO đấy không. Tôi lõm bõm nghe vậy, gật đầu lia lịa. Anh ta vội đi kiếm mấy chiếc áo khoác phát cho rồi bảo rằng người bảo lãnh đã rời nhà mà chưa kịp thông báo..., bây giờ có muốn về nơi phía nam nắng ấm không. Tôi gật đầu đại. Thế là khoảng độ trên 6 giờ sáng, gia đình tôi được anh ta hướng dẫn lên chiếc Boeing 737 của Alaska Airlines. 8: 45 sáng đến phi trường John Wayne. Phái đoàn ông Nguyễn Hậu của Hội Tù Nhân Chính Trị Nam Cali ra đón đem ngay về một căn chung cư ở thành phố Garden Grove. Gần trưa, bà Kiều Mỹ Duyên rộn ràng tới, đem theo nào cơm gà-những lon nước, nào chè-bánh kẹo, nào khăn tắm-áo khoác lạnh... Bà ta tíu tít thăm hỏi, vừa trao đồ ăn thức uống vừa tự giới thiệu mình là chủ một cơ sở địa ốc, đã cộng tác với hội này để đặc biệt cung cấp những căn chung cư đang trong thời kỳ đợi bán để làm nơi tạm cư cho gia đình HO đến tái định cư tại địa phương này.

Từ đó, gia đình tôi mỗi ngày sáng ra liền có các thiện nguyện viên của hội bảo trợ đến dẫn đi. Đi khám và thiết lập hồ sơ sức khỏe. Đi ghi danh ở sở xã hội địa phương và nhận phiếu trợ cấp thực phẩm hằng tháng. Đi chợ mua thực phẩm cũng như những vật dụng cần thiết hằng ngày. Đi tập lái xe hơi. Đi ghi danh học: trẻ thì vào học phổ thông; còn người lớn thì buổi tối đến trung tâm học bổ túc (adults school) gần nhà để vào lớp nghe và nói tiếng anh căn bản (ESL) rồi tham dự tiếp sang các khóa huấn luyện nghề cấp tốc để có thể được nhận vào làm công nhân loại assembly tại các hãng xưởng quanh vùng... Cứ lục đục-lấn bấn-lu bu như vậy, mấy tháng trời trôi qua nhanh như chớp mắt.

Hai vợ chồng tôi bắt đầu những bước chập chững cụ thể làm quen vào xã hội mới tái định cư: Lên trụ sở hội, vợ tôi phụ dọn dẹp văn phòng-nấu nướng, còn tôi thì làm thư ký phụ trách việc ghi biên bản họp và thành nhân viên trong nhóm thiện nguyện viên thay phiên nhau trực văn phòng cho hội. Nhưng chỉ một năm sau thôi là vợ tôi đã bắt kịp nhịp khai mở cuộc sống của gia đình tôi ở nơi đây: Bắt được việc phụ bếp rồi trở thành bếp chính của một nhà hàng trong khu trung tâm Little Sài gòn, và cứ thế mà cô ấy lầm lũi tiến lên bước ra riêng tự mình mở một nhà hàng bán thức ăn chay.

Riêng tôi thì cứ vừa lẹt đẹt vừa lêu bêu...

Một hôm đi làm mãi tối mịt mới rời sở, lụi đụi thế nào tôi lên lầm xe bus công cộng đi lạc xuống mãi tận phía đông thành phố Santa Ana, mà trong túi chả còn đồng bạc nào nữa, đành phải cuốc bộ. Đằng nào cũng trễ rồi, tôi vừa nhủ thầm trong lòng vừa thong thả bước lên cầu bắc qua sông Santa Ana:

"Bước tới cầu chân đã quá rã rời
Đường về nhà sao xa ôi vời vợi
Chung quanh ta người-xe cứ lấn tới
và dưới cầu nước cũng vội miên man. . .

Giữa đất trời cuộc sống thản nhiên lan
tỏa nhiệt mãi đến muôn vàn phương hướng...

Ta phải tự bắt nhịp vào cộng hưởng
thì cuộc đời mới hội chứng vươn cao.

Như dòng nước kia-trăng sao huyền ảo
dải ngân hà giục giã ráo bước lên
phía trước mặt chờ ta chiếm ưu tiên
những cơ hội sẵn trao truyền nguồn sống.

Hãy nỗ lực mới tràn đầy năng động
tự sức mình cương quyết chống tai ương

dù gian lao đến mấy cũng chẳng màng
sinh-tử đã xếp vào chương sách cũ. "

Bài thơ "Rõi theo bóng Ngân Hà" này tôi đã viết ra vào khuya hôm ấy khi trở về nhà.

Và đầu năm đó, năm 1993, vợ tôi sinh bé Ngân Hà.

12:05 pm; Thứ Hai 22/05/2023.

Thanksgiving-Tạ ơn ai?

Vợ chồng tôi vừa giọn nhà sang khu chung cư housing mới xây, cũng được mấy tuần lễ nay rồi. Mặc dù cả vợ lẫn chồng đều chỉ mang vác mấy thứ tùy thân nhẹ, nhân công của công ty chuyển nhà lo hết cả. Thế mà hiện đồ đạc vẫn còn ngổn ngang bừa bộn vì mệt quá, chưa lại sức để xếp đặt được bất cứ thứ gì. Già rồi, nó vậy đấy...

Sáng nay thức giấc, thấy bức tranh cổ này tôi mua cách đây cũng phải đến trên hai chục năm rồi, nó được dựng ở sau cánh cửa phòng ngủ từ hồi nào. Ai đã để nó ở chỗ đấy? Và để đó làm gì? Tôi chẳng nhớ nữa và tôi cũng chẳng mất công mở miệng hỏi bà vợ... Nhưng tự dưng sao tôi nẩy ra ý định đem tặng lại bạn, người mà tôi biết rằng xưa nay vốn rất thích tranh cổ. Tôi mới gọi phôn cho ông đây.

- Ồ. cảm ơn... cảm ơn lắm lắm.

- Ông có đang rảnh đó không?

- Rảnh chứ!

- Lấy xe lái đến tôi đi.

- Sẵn sàng. Nửa tiếng nữa, được không?

- Đương nhiên rồi. Tôi đã gói bức tranh lại sẵn ở đây... Nhân tiện, tụi mình ra tiệm nước gần đây, ta làm với nhau một ly cà phê chứ?

- Thú quá. Không trở ngại gì.

Bữa tiệc Lễ Tạ Ơn đầu tiên, có dân Da Đỏ thổ dân tham dự.
(Trích: https://www.history.com/topics/thanksgiving;)

Lễ Tạ Ơn bắt nguồn từ đâu?

- Đây, anh coi bức tranh tôi tính tặng lại anh... Tôi thích mới mua, nhưng chỉ biết đây là một bức tranh cổ.

- Để tôi xem...

- Tôi nhớ là đã mua nó trăm bạc, trong một buổi dạo ngoài chợ trời, cách đây cũng phải trên hai chục năm rồi...

- Nó xem ra là 'giả cổ', nghĩa là được vẽ mới lại theo một bức tranh cổ chính gốc...

Này, anh nhìn kỹ vào một số chi tiết mà xem: Ở góc dưới bên phải bức tranh thường là chỗ ghi tên hay bút ký của tác giả. Bức này không có... Hơn nữa nét vẽ khá thô nhưng lại còn rất rõ nét; mẫu sắc bạc kiểu khác, chứ không phải phai nhạt theo thời gian, và những khoảng trống trong tranh không xin lại mà vẫn bóng...

- Anh có đoán được nội dung chăng?

- Theo sự hiểu biết giới hạn của cá nhân tôi thì nội dung bức tranh này diễn tả bữa tiệc của Lễ Tạ Ơn đầu tiên vào cuối tháng 11, 1621 tại Plymouth thuộc tiểu bang Massachusetts, đông bắc nước Mỹ...

- Ngày lễ này tại sao lại được thực hiện?

- Trước khi có ý kiến riêng, tôi thấy cần phải nêu ra nội dung của sự kiện này vốn đã được ghi lại trên mạng lưới điện toán. Nghĩa là chúng ta cần xác nhận một trong những nguyên nhân sự hiện diện của Lễ Tạ Ơn đầu tiên xuất hiện: *"Vào tháng Ba năm 1621, nhóm đại diện thổ dân da đỏ vốn cư ngụ tại Plymouth, thuộc miền đông bắc tiểu bang Massachusetts bây giờ, họ đã đồng ý ký kết một thỏa ước sống chung hòa bình với đại diện nhóm người Anh vừa di dân sang tái định cư tại đấy. Thỏa ước đã được coi như hai bên giao ước sống chung hòa bình cho giai đoạn nửa thế kỷ sau đó, và cũng đáng ghi nhớ là thỏa ước này đã đưa đến sự kiện buổi Lễ Tạ Ơn (Thanksgiving) đầu tiên được tổ chức long trọng vào tháng 11 năm đó...* [1]

- Nhóm di dân gốc từ Anh quốc?

- Vâng. Nhóm người mới tái định cư ở Plymouth này có tên gọi là *The Pilgrims, The Pilgrim Fathers'*... Họ gồm những dân cư vốn sống ở nước Anh có tôn giáo là một chi nhánh Thanh Giáo

---

[1] trích https://www.history.com/news/wampanoag-pilgrim-peace-treaty-thanksgivingn;

(Puritan Calvinist) biệt lập với giáo hội Anh Giáo, thành một nhóm ly khai (Separatists). Họ muốn tránh bị đàn áp nên đã di dân sang ở nước Hòa Lan (Hà Lan- Holland-Netherlands) sinh sống nhiều năm trước đấy. Rồi vì mong có một nơi an cư mới, năm 1620, họ lại một lần nữa lên con tầu Mayflower (3) di cư sang lập nghiệp tại Tân Thế Giới. Họ thiết lập thuộc địa Plymouth và đẻ ra giáo hội Thanh Giáo Mỹ.

- Ồ... Rồi sao nữa, anh?

- Theo https://www. britannica. com/topic/Thanksgiving-Day, thì trên hai thế kỷ sau đó, những ngày kỷ niệm Lễ Tạ Ơn vẫn hằng năm được tổ chức tại các vùng thuộc địa Anh và các tiểu bang. Rồi sau năm 1798, Quốc Hội Hoa Kỳ chính thức thông báo cho các tiểu bang về ngày lễ này. Năm 1863, tổng thống Abraham Lincoln công bố Thanksgiving là ngày lễ quốc gia, được cử hành vào tháng 11 hằng năm... Từ đó đến nay, đây cũng là ngày nghỉ lễ chính thức cho tất cả người lao động tại Mỹ và Canada.

Tạ ơn gì? Tạ ơn những ai?

- Như vậy, nhóm di dân gốc từ Anh quốc kia là nhóm người mở đầu cho lịch sử lập quốc của nước Hoa Kỳ này?

- Có thể nói như vậy, chiếu theo mấy trích dẫn ở trên.

- Thế còn, theo anh, tại sao lại gọi là Lễ Tạ Ơn, Thanksgiving?

- Trước khi nói ý kiến riêng, tôi lại xin trích ra đây đoạn trong website www. britannica. com/topic/Thanksgiving-Day: "Lễ Tạ Ơn là một ngày lễ hằng năm được tổ chức (. .) tại (toàn các tiểu bang) Hoa Kỳ, Canada, một số đảo ở Caribe và Liberia. Ý nghĩa ban đầu là mừng thu hoạch được mùa và tạ ơn Thiên Chúa đã giúp cho (họ có được) cuộc sống no đủ và an lành..."

- Tạ ơn Thiên Chúa, thì tôi hiểu được là bởi vì nhóm di dân gốc Anh này rất sùng đạo Thanh Giáo. Còn nội dung "mừng thu hoạch được mùa" là làm sao?

- Ấy, trong www. history. com/topics/thanksgiving/history-of-thanksgivingco1 xác nhận rằng: *"Trong năm 1621, dân thuộc địa từ Anh vừa đến cư ngụ ở Plymouth đã cùng với thổ dân Mỹ (có tên gọi là) Wampanoag chia xẻ nhau bữa tiệc được mùa. (Bữa tiệc được mùa này) ngay sau đó đã trở thành Lễ Tạ Ơn đầu tiên (trên đất mới)"*

Và: "nhóm di dân gốc từ Anh đã dùng chiếc tầu Mayflower sang cập bến tại Plymouth năm 1620 và được dân da đỏ thổ dân ở đây trợ giúp để có thể sống sót ở nơi tái định cư này. Lễ Tạ Ơn đầu tiên ấy có sự tham dự của cả đại diện thổ dân da đỏ. " 2

Hai chi tiết mà tôi vừa bốc ra từ nguyên văn 2 websites trên minh chứng rằng buổi lễ Tạ Ơn này ở nước Mỹ đã bao gồm ba ý nghĩa trong nội dung: tạ ơn Thiên Chúa-tạ ơn mảnh đất mới và tạ ơn nhóm thổ dân đã cưu mang-trợ giúp họ sống còn trên vùng đất mới tái định cư. Nôm na mà nói: Tạ ơn trời-đất, bắt nguồn từ nền tảng căn bản là tạ ơn đời-tạ ơn người.

- Ồ... Cảm ơn anh đã mầy mò kiếm ra những chi tiết liên hệ hiện diện ở trên google để tóm tắt cho tôi hiểu lai lịch vấn đề...

---

2 Mayflower là tên của một con tàu buồm đi vào lịch sử Hoa Kỳ khi một nhóm người Thanh giáo Puritants không chấp nhận Anh giáo của triều đình nên bỏ nước Anh sang lập nghiệp ở Tân Thế giới. Tổng cộng có 102 người cộng thêm 30 thuyền viên. Họ đặt chân đến Mỹ để bắt đầu một đời sống mới vào cuối năm 1620. [Mayflower - Wikipedia)

Nhưng quan trọng nhất, theo tôi tiếp nhận, công việc này đã như gián tiếp khích thích cho cá nhân tôi phải nên chịu khó biết thắc mắc mà tự khám phá-tìm hiểu lấy thì hơn...

- Tôi phải cảm ơn anh chứ: Chính là anh muốn tặng tôi bức tranh này, nếu không thì chưa chắc gì tôi mới có dịp tìm hiểu đến nơi đến chốn như vậy.

- Nói chuyện với anh, tôi cảm thấy hứng thú hẳn. Bây giờ lại xin gạn hỏi thêm điều này nha: Thế dân Việt chúng ta có ngày lễ nào gồm những nội dung tương tự như Lễ Tạ Ơn của dân Mỹ?

- Trong nhất thời, tôi nghĩ là Tết Nguyên Đán.

- Anh nói làm sao... Tết Nguyên Đán đánh dấu ngày đầu một năm mới âm lịch...

- Ăn mừng năm vừa qua cuộc sống được êm đẹp và chào đón một năm sắp tới, Tết ta từ xa xưa bắt nguồn ở sinh hoạt nhà nông rảnh rang nhờ vừa gặt hái xong vụ lúa- thóc cuối năm. Ca dao Việt có câu "Vụ năm cho đến vụ mười"...

- Anh muốn nói rằng Tết ta có nội dung cảm tạ đất đai đã cho mùa màng tốt tươi chứ gì... Tôi đồng ý điều ấy. Nhưng ngoài ra thì cái khung cảnh nghi ngút khói hương, thờ cúng Trời-Phật

- Tổ tiên!

- Ấy. Trời-Phật-Chúa-Thượng Đế... là thuộc lãnh vực tôn giáo. Còn Tổ tiên ta thì cũng là người vậy! Anh ạ. Tôi thấy rằng có khác biệt chăng chỉ ở tên gọi, mỗi xứ một khác..., dân tộc nào cũng có những biểu tượng riêng. Chứ nội dung ý nghĩa của hai thứ Lễ và Tết này chẳng hề khác gì nhau. Tôi cho là vậy.

Nhận ơn-tạo họa?

- Anh giải thích như thế, tôi nghe hợp lý... Nhưng hiện tâm tư vẫn đang lấn bấn vì mấy năm nay tôi thấy mỗi lúc đời sống dân cư mỗi cảm thấy bất an ở xã hội Mỹ này: Bạo lực súng đạn gia tăng quá nhanh, nạn kỳ thị xấy ra bạo động mỗi lúc một nhiều, nạn lạm phát và vật giá vọt lên, không khí chính trị như nhiễm độc vì hai đảng phái kèn cựa -bôi xấu nhau...

Với tình hình thực tế đang diễn ra này, tôi xem ra dân Mỹ trong quá khứ lịch sử, họ đã hưởng thụ biết bao nhiêu những truyền thống tốt đẹp mà nay họ lại đang tự gây họa cho chính xã hội của họ...

- Đời sống ở đây đang bất ổn? Đúng. Xã hội Mỹ đang trong giai đoạn khủng khoảng. Cũng đúng luôn. Không những anh và tôi mà tất cả người dân đang sống tại đây đều chứng kiến như vậy hết. Chúng ta đều lo ngại như nhau cả.

- Thật vậy, chứ gì nữa!

- Nhưng chúng ta phải bình tâm để cứu xét cho có lớp lang, mới hiểu được ngọn nguồn vấn đề.

- Được. Theo anh thì thế nào?

- Trước hết, hiện trạng ở đây có phải duy nhất diễn ra ở xã hội Mỹ này hay chăng? Không hề. Trong diễn tiến lịch sử bốn thế kỷ nay, từ năm 1620 đến giờ, dân cư ở đây đã phải trải qua không ít những trường hợp khủng khoảng đại loại như thế này rồi!

Nào là thời thuộc địa Anh. Nào là giai đoạn giành độc lập, khởi đi từ 13 tiểu bang. Nào là giai đoạn nội chiến 1861-65...

Đó là những biến động tạo cơ hội để vượt thoát những ngõ bí để vươn lên thành những bước tiến bộ, cung cấp cho diễn trình trường tồn.

- Ồ. Như vậy là gặp khủng khoảng thì một là dẫn đến bế tắc mà nếu không giải tỏa được thì bị diệt vong; còn ngược lại, nếu tích cực tìm ra được phương cách hóa giải, tạo biến động để xã hội tiến bộ. Phải vậy chăng?

- Có thể diễn đạt như anh vừa nói... Trên thực tế, Hoa Kỳ này căn bản luôn đặt ở lý tưởng Tự do-Dân chủ-Nhân quyền, để thực thi theo Hiến định, bằng cơ cấu tam quyền phân lập: Lập pháp-Hành pháp-Tư pháp. Nghĩa là luôn tôn trọng luật lệ-chủ trương thực dụng và sẵn sàng điều chỉnh. Xây dựng trên căn bản ấy, trên thế giới hiện nay có một quốc gia nào từ xưa đến nay thực thi nhuần nhuyễn được những nguyên tắc ấy ngang bằng như Hoa Kỳ chưa?

- Hỏi như anh là một cách trả lời.

- Cảm ơn anh đã gián tiếp đồng ý.

- Tôi phải cảm phục anh đã giúp tôi tự tháo gỡ cái ý hướng chật hẹp vị kỷ của mình: Quan sát thấy được sự xáo trộn hiện nay của xã hội nơi đây, nhưng chẳng chịu truy cứu để thấu hiểu và tìm phương cách tích cực giải quyết, mà chỉ bo bo tiêu cực buồn lo gói gọn vào bản thân và gia quyến của mình!

- Nhân tiện đây tôi liên tưởng đến lời tuyên bố cách đây trên nửa thế kỷ của cố tổng thống Mỹ John F. Kennedy: "Những trở ngại của thế giới không có thể được giải quyết bởi những kẻ nghi ngại hay vị kỷ, những người này chỉ bó hẹp họ trong bề mặt sốc nổi của thực tại. Chúng ta cần những người sáng tạo, luôn ước mơ những gì mới, chưa bao giờ có. " ³

Gian nan thì hẳn gian nan
bước chân ta vẫn cứ tràn lấn lên
để mà bung mở diễn trình
loài người nhờ vậy mới thành đỉnh cao.
'Nhân linh ư vạn vật' ⁴ *sao?*
không trải nghiệm đủ lẽ đâu sống còn!

Tháng 11- 2023

---

³ "The problems of the world cannot possibly be solved by skeptics or cynics whose horizons are limited by the obvious realities. We need men who can dream of things that never were. "
JOHN F. KENNEDY.

⁴ Có thể dẫn giải là "Con người hơn mọi loài ở chỗ có trí tuệ - tâm linh".

"Học thầy không tầy học bạn"[1]

Tuần lễ đầu tháng 10/ 2023, từ Porland xuống, Mặc Lâm[2] có cho biết là anh đang thực hiện một cuộc phỏng vấn Năm mươi năm sinh hoạt truyền thông (truyền thanh-truyền hình-báo giấy và báo mạng) tại Little Sàgòn. Gợi ý ấy đã thúc đẩy tôi viết ra bài này.

Cá nhân tôi vốn hân hạnh có được những người bạn mà nội dung giao tiếp giữa họ với tôi khá đặc biệt. Chẳng hạn như trường hợp anh Nguyễn Văn Kh.[3], một trong những mấu chốt của cái duyên liên hệ đã gồm nhiều yếu tố kết hợp xem ra tự nhiên xấy đến một cách không ai trong hai chúng tôi lại ngờ trước được.

---

[1] Có thể nói nôm na cho dễ hiểu: "Học thầy không bằng học bạn". "Học thầy không tầy học bạn" và "Không thầy đố mầy làm nên" là một cặp 'châm ngôn' rút ra từ kinh nghiệm sống của tiền nhân, vốn khắng khít với nhau, trong kho tàng ca dao tục ngữ Việt Nam.

[2] "Nhà báo Mặc Lâm, nguyên Editor ban Việt Ngữ đài Á Châu Tự Do. Ông được nhiều người biết qua các phóng sự như Trại giam Cổng trời, Vụ án xét lại chống Đảng… Ông cũng phụ trách chuyên mục Văn Hóa Nghệ Thuật cho RFA trong hơn 10 năm… Về hưu năm 2017 sau khi tác phẩm Bàng Bạc Gấm Hoa của ông ra đời tại Hoa Kỳ. Hiện cộng tác cho VOA, RFA, Người Việt, và BBC trong nhiều mục khác nhau… "trích: https://www. voatiengviet. com/author/m%E1%BA%B7c-lam/v_oyt

[3] Chưa có dịp liên lạc trực tiếp hỏi ý kiến, nên ở đây xin nêu tên tắt vậy.

Mấu chốt chính là cả hai chúng tôi cùng hoạt động trong ngành truyền thông: Từ vài năm đầu thập niên 1980, tôi và anh Kh. đều là biên tập viên cho nhật báo Người Việt, lúc ấy mới là bán tuần báo. Anh Kh. chuyên về mục thể thao, thường xuyên nhất là football, môn banh bầu dục này đặc biệt được ưa thích phổ biến của dân Mỹ nhưng ngược lại lúc ấy còn khá xa lạ với cộng đồng người gốc Việt; còn tôi thì phụ trách các bài ở những trang trong tờ báo. Anh Kh. nghe nói trước 1980 có học ở Los Angeles nhưng sau chuyển lên Washington DC theo đuổi ngành giáo dục. Thỉnh thoảng một vài tháng có dịp anh xuống Quận Cam, hai chúng tôi gặp nhau ở tòa báo, thường là cùng với đa số nhân viên khác của tòa soạn xúm xít vui chuyện với nhau trong bữa cơm trưa tại phòng ăn. Tuổi tác xem ra cũng chỉ nhỏ hơn tôi độ trên dưới 10, nhưng anh Kh. bao giờ cũng xưng hô cháu-chú với tôi. Cũng có người thắc mắc:

- Với chúng tôi đây, anh đều kêu bằng anh-chị. Sao riêng với anh Bảo thì anh lại gọi bằng chú-xưng cháu... ?

Rất tự nhiên, anh ấy trả lời:

- Ông anh ruột chú Bảo cùng với ông bố tôi có thời gian cùng làm việc ở những cửa hàng tạp hóa trong hệ thống Stop & Go bên Houston, Texas. Hồi đó tôi đã thường gặp chú ấy tại nhà bố tôi...

Nghe vậy, tôi yên lặng, trong bụng tự nhiên thấy cũng không cần thắc mắc thêm gì... Thế rồi từ đấy cho đến nay, trên bốn mươi năm, mặc dù thỉnh thoảng gặp nhau trong công việc nhưng vẫn chưa có dịp thuận tiện để tôi nhớ ra mà chủ động trực tiếp hỏi anh Kh. cặn kẽ về sự thế ấy.

Tuy nhiên, tôi mang máng rằng có lần, lâu rồi, gặp ông anh

ruột, tôi có buột miệng hỏi thì anh ấy xác nhận rằng mấy năm mới sang Mỹ, độ cuối 1970 sang đầu 1980, cùng là nhân viên bán hàng cho hệ thống Stop & Go bên Houston, anh tôi và bố anh Kh. đã thân thiết với nhau: Cùng đi xem những trận đấu Football, cùng nhóm rủ nhau câu cá ở Galveston và nhất là thường đến nhà nhau nhậu nhiều lần...

Còn riêng tôi thì mãi đến giữa năm 1981 mới sang được Mỹ tái định cư, và chỉ ở Houston có vài tháng với gia đình ông anh rồi di chuyển sang Nam Cali cư ngụ cho tới giờ. Cho nên tôi chưa hề được gặp ông cụ thân sinh ra anh Kh. lần nào... Nhưng cái sự kiện anh ấy thủy chung gặp nhau thì cứ xưng cháu với tôi, thế mà tại sao không bắt tôi phải chú tâm thắc mắc để mở lời trực tiếp hỏi lại cho rõ?

Sâu xa trong tâm tình, tôi nghĩ là chẳng qua cá nhân mình vốn quá quen với vấn đề xưng hô trong giới văn nghệ mà tôi đã từng là thành viên trên sáu chục năm nay rồi... Nhưng, dù sao đi nữa, xem ra có lẽ cũng nên rỉ rả kể ra đây mấy trường hợp cụ thể cởi mở khá đặc biệt mà cá nhân tôi đã trực tiếp trải qua:

Phải mày-tao với chúng tớ!

Gia đình tôi di cư vào Nam độ đầu tháng 10 năm 1954, tổng cộng 9 nhân mạng; ban đầu sống chui rúc trong dẫy lều bạt dựng tạm trong trại di cư, rồi ra ở thuê một căn nhà tranh vách lá. Bẩy tháng sau, mẹ tôi chết, nhà thương ghi là hậu sản. Trong nhà những người lớn, từ mười bẩy tuổi trở lên, đều đi làm vắng hằng ngày. Còn ông anh 15 tuổi và tôi, 11, phải chia nhau, mỗi ngày đi học một buổi, còn buổi kia ở nhà trông nuôi ba đứa em chót: Đứa út bẩy tháng tuổi, nằm ngửa; đứa áp út mới biết bò; còn đứa em gái lớn hơn cả thì cũng đang chập chững tập đi.

Một năm sau đậu Trung học đệ nhất cấp, ông anh tôi thi vào Quốc Gia Sư Phạm để hai năm sau ông ấy được bổ đi dạy tiểu học xa nhà.

Riêng tôi suốt bốn năm trung học đệ nhất cấp chỉ biết có hai nơi sinh hoạt, cắm cúi trong trường lớp và lui cui tại nhà. Đậu bằng Trung học đệ nhất cấp, kiếm được chân kèm ba đứa trẻ học ở tư gia[4], tháng đầu tiên được phát cho trăm rưởi, toàn những tờ bạc năm đồng. Đem về nhà, tôi bầy những tờ bạc ấy kín cả mặt bàn học để... ngắm cho đã mắt! Nhưng cũng nhờ vậy, tôi mới may thêm cho mình 2 bộ áo poplin trắng-quần kaki Nam Định nhộm xanh dương, thay đổi mỗi niên học; thêm nữa là hằng tuần có thể mua bánh kẹo và kem, rồi thỉnh thoảng còn sang cả "đãi" các em ăn sáng với xôi hay bánh cuốn! Nói chung suốt sáu năm trung học, sinh hoạt hằng ngày của tôi lấn bấn lo chăm nom ba em, học và làm bài của mình, và cuối cùng rảnh thì đọc những cuốn mượn ở kho chứa sách cạnh trường[5]... Chẳng nhớ chính xác vào lúc nào, tôi đã hý hoáy làm thơ-viết nhật ký, rồi thuận tay tiếp tục viết sang thể tùy bút-truyện ngắn.

Tôi còn nhớ hồi ấy, vài năm cuối thập niên 1950, tôi đã may mắn có một truyện ngắn tên là "Giết Gà" với bút hiệu Thụy Nam được đăng trên tạp chí Gió Mới... Nhưng rõ nhất là mục Truyện Ngắn Chủ Nhật của tờ nhật báo Tiếng Chuông có

---

[4] Hồi ấy thường kêu là Gia sư - Précepteur.

[5] Đó là khu mấy căn nhà triệt nằm giữa bãi đất trống cạnh khuôn viên trường Chu Văn An cũ ở Sài Gòn, được tạm dùng chứa sách từ ngoài Bắc chuyển vào mà chưa kịp được giới thủ thư chuyên môn lo soạn ra để chính thức được bầy ngay ngắn trong thư viện quốc gia hồi đó nằm trên đường Lê Thánh Tôn.

chọn đăng bài do tôi cầu may gửi. Rón rén lên tòa soạn, chìa thẻ học sinh ra và tôi được phát cho 100 đồng tiền nhuận bút! "Thừa thắng xông lên", chẳng nhớ là bao lâu sau đó, một truyện ngắn khác của tôi lại được chọn đăng. Tôi thì vẫn một điệu bộ ké né lên tòa soạn, kỳ này gặp ngay họa sĩ HỈM[6]. Anh ta bảo sang quán cóc bên kia đường ngồi kêu cà phê uống đợi. Lát sau, họa sĩ HỈM bước sang, tay cầm tờ một trăm đồng vẫy vẫy, miệng cười cười nói lớn với hai nhân vật khác đang la cà ở đấy:

- Này, các cậu. Chú học sinh này được chọn đăng truyện ngắn, lần này là lần thứ hai rồi đấy nha... Đây là tiền nhuận bút. Nhưng với điều kiện, chú phải xưng hô mày tao với bọn tớ thì mới được cầm về tờ bạc trăm này. Các cậu đồng ý không?

Hai nhân vật kia vừa cười lớn vừa tinh quái gật đầu.

Tá hỏa tam tinh, tôi lắp bắp phản đối:
- Đâu được! Em còn nhỏ... Các anh tuổi lớn hơn nhiều...

Họa sĩ HỈM lắc đầu:
- Luật bất thành văn, chắc như bắp. Có phải không, Hoàng Anh Tuấn[7]?

Nhân vật được kêu là Hoàng Anh Tuấn mở miệng 'phán' một chữ chắc nịch: "Đúng!"

---

[6] HỌA SĨ HỈM, tên thật là Đinh Hiển, đã trên 90 tuổi, hiện sống tại một khu mobile home, thành phố Santa Ana, đi từ tây sang đông trên đường Bolsa, vừa qua cầu nhỏ là rẽ phải vào.

[7] Hoàng Anh Tuấn (1932 - 2006) đạo diễn - nhà văn - nhà thơ. Có thời làm giám đốc đài Phát Thanh Đà Lạt... Tập thơ cuối "Yêu Em, Hà Nội và Những Bài Thơ Khác", tác giả tự xuất bản tại San Jose, tháng Chín 2004. Có thể xem thêm ở https://www. thoivan. net/2020/05/hoang-anh-tuan-nha-tho-nghe-si. html

Đã văn nghệ, là anh em hết!

Tới đây tôi lại liên tưởng chợt nhớ đến mối thân hữu với cụ Nghiêm Xuân Hồng[8].

Khoảng mấy năm cuối thập niên 1980, nhờ những buổi tiệc họp mặt của tạp chí Văn của anh Mai Thảo, tôi được trực tiếp biết đến cụ. Rồi dần dà những trao đổi-chuyện trò qua lại trong lúc gặp nhau đã tạo nên không gian thân mật hơn giữa cụ và tôi:

- Trong nhiều dịp tâm sự, cụ có vui miệng kể cho nghe về sinh hoạt trí thức của thời thập niên 1940-50 ở Hà Nội: Thuở ấy Hànội xuất hiện cái mốt giới sinh viên hay kè kè cặp nách cuốn Tư Bản Luận. Lúc đấy cụ vừa đậu cử nhân Luật, đang thời gian chờ bổ nhiệm ra làm tri huyện. Một chủ nhật cụ cùng mấy bạn đồng song rủ nhau lên trụ sở hội Khai Trí Tín Đức[9] để

---

[8] Nghiêm Xuân Hồng (1920-2000), http://vanviet. info/van-hoc-mien-nam/ van-hoc-mien-nam-54-75-528-nghim-xun-hong-ky-1/

nhà hồi ấy cụ ở trong khu Green Valley, góc Slater- Ward đi vào, thuộc thành phố Fountain Valley, Nam Cali.

[9] "Hội Khai Trí Tiến Đức, còn được gọi là hội AFIMA (viết tắt nguyên tên tiếng Pháp của hội l'Association pour la Formation Intellectuelle et Morale des Annamites) là một hiệp hội tư lập với chủ trương giao lưu văn hóa giữa trào lưu Tây học và học thuật truyền thống Việt Nam vào đầu thế kỷ 20 (1919-1945)... chủ trương mở rộng con đường thâu nhận kiến thức Tây phương để phát triển xã hội người Việt cùng lúc kén chọn và duy trì những điểm hay nét đẹp của văn hóa truyền thống... Những cố gắng của hội tập trung vào việc đề cao tiếng Việt, chữ Quốc ngữ, danh nhân văn hóa... Hội quán trên phố Hàng Trống, ngay phía tây bờ hồ Gươm. Nơi đó trở thành địa điểm tổ chức nhiều sinh hoạt như các cuộc hội thảo, diễn thuyết, triển lãm tranh cùng các trò giải trí tiêu khiển như bi da, đánh cờ, yến tiệc... "(www. vi. wikipedia. org/wiki/Khai_Tr%C3%AD_Ti%E1%BA%BFn_%C4%90%E1%BB%A9c)

nghe học giả Nguyễn Đăng Thục[10], tốt nghiệp kỹ sư Hóa Học ở Pháp, diễn thuyết. Từ xa đã nhìn thấy đám đông bao quanh lấy một người vóc mập mạp, giọng nói người Nam oang oang. Đó là ông Hồ Hữu Tường[11] vừa từ Pháp mới trở về. Đến nơi, đúng lúc một người trong đám đông ấy lên tiếng hỏi: "Ông đã đọc Tư Bản Luận chưa?" "Ối. đọc trước đây, lâu rồi!" Nghe đương sự 'phán' thế, đám đông bỗng lặng đi...

- Một lần khác, không biết lan man thế nào mà bàn qua tán vào về tác phẩm của cụ Nghiêm Xuân Hồng, anh Mai Thảo có nhắc đến vở kịch Người Viễn Khách Thứ Mười, nhiều anh chị em nhân tiện nói lên ý thích của họ. "Cậu thấy sao?" Anh Mai Thảo thuận miệng hỏi. Tôi trả lời là có đọc qua, nhưng hiện giờ thì không nhớ rõ lắm về vở kịch này.

"Thế cậu thích cuốn nào của anh ấy?" Tôi trả lời rằng hiện tự nhiên tôi nhớ là có đọc được cuốn Cách Mạng & Hành Động. Và nói thêm: "Nhớ thì nhớ như vậy đấy, nhưng nội dung cuốn ấy chi tiết ra sao thì đã nhập nhằng trong óc em lắm rồi. " "Lý do?" Anh Mai Thảo truy bức tiếp. "Nếu không lầm thì em đã đọc cuốn này vào thời gian mấy năm cuối nửa thập niên 1960, lúc em đang chuẩn bị viết tiểu luận cao học Triết Đông ở Văn Khoa sàigòn". Trên đường tôi lái xe đưa cụ về lại nhà (ở đâu trong khu Green Valley, từ ngã tư Slater với Ward rẽ vào, thuộc thành phố Fountain Valley, Quận Cam,

---

[10] Nguyễn Đăng Thục (1909-1999) là nhà giáo dục, nhà nghiên cứu triết học và văn học Việt Nam ở thế kỷ 20. [trích https://vi. wikipedia. org/wiki/Nguy%E1%BB%85n_%C4%90%C4%83ng_Th%E1%BB%A5c]

[11] Xin xem chi tiết tiểu sử học giả Hồ Hữu Tường ở https://vi. wikipedia. org/wiki/H%E1%BB%93_H%E1%BB%AFu_T%C6%B0%E1%BB%9Dng

Nam Cali.), cụ Hồng ân cần thân mật vỗ vai tôi: "Này cậu. Gọi tớ bằng anh đi nhá!"

Học-Hỏi[12]

Tuy nhiên, quan hệ thân hữu giữa anh Kh. và tôi lại đặc biệt liên quan tới vấn đề học hỏi và hành nghề truyền thông của cá nhân tôi.

Số là từ khi bước vào làm việc trong tòa báo, tháng 2/1982, mỗi năm tôi đều chuẩn bị trước cho dịp nghỉ thường niên. Năm 1988, tình cờ gặp anh Kh. đang hiện diện ở tòa soạn báo Người Việt, tôi ngỏ ý rằng hai tuần lễ nghỉ phép thường niên năm nay dự tính lên Washington D. C. thăm và bù khú với bạn hữu ở trên ấy[13], nhưng mục đích chính là muốn tận mắt tìm hiểu hoạt động của tờ USA Today: Tờ này bắt đầu hoạt động từ năm 1982 nhưng thời đó đặc biệt đây là tờ báo giấy bằng anh ngữ đã sử dụng hệ thống internet tân tiến đầu tiên trên thế giới. Anh Kh. sốt sắng báo rằng sẽ liên lạc để ghi danh cho tôi có chuyến thăm này, và lên đó thì tôi nên nghỉ tạm luôn tại nhà anh ấy cho tiện.

Như đã được sắp xếp, khoảng 9 giờ sáng, tôi có mặt tại tòa

---

[12] Học hỏi để mục đích tìm mọi cách ứng dụng được vào cuộc sống của mình. Học thức chỉ có giá trị khi biến trở thành tri thức. Nghĩa là hiểu biết chỉ có ích khi sinh động ứng dụng được vào từng trường hợp cụ thể trong đời sống, bây giờ gọi là trải nghiệm, mỗi lúc một khác -mỗi người một khác. "Học nhi thời tập chi- bất diệc duyệt hồ?"[Luận Ngữ]: Học mà thường xuyên ứng dụng được vào đời sống, há chẳng vui thích lắm sao?

[13] xin chỉ nhắc tới những nhân vật thân hữu hiện đã quá vãng mà tôi nay còn nhớ, như Lê Thiệp chủ tiệm Phở 75, Giang Hữu Tuyên xếp sòng tờ Hoa Thịnh Đốn Việt Báo, Bùi Bảo Trúc biên tập viên đài VOA, Ngô Vương Toại, Nguyễn Đình Hùng...

soạn của USA Today (14). Một nữ nhân viên trong bộ phận tiếp tân ra hướng dẫn đợt khách đi viếng thăm một vòng trụ sở. Từ khu tiếp tân (frontdesk), khu nhận và thiết lập quảng cáo sang khu của hệ thống văn phòng quản trị ở tầng triệt, lên đến những phòng dành riêng cho ban biên tập ở tầng 2 và 3; và cuối cùng tới căn phòng tròn khổng lồ bao quanh bằng lớp kính trong và dầy, nằm trên nóc tòa nhà, nơi liên lạc với các địa chỉ văn phòng đại diện tờ báo này ở khắp các thủ đô-thành phố lớn trên thế giới bằng hệ thống internet: Ngay giữa phòng này được thiết kế một căn khuôn tròn cũng bằng kính, trong ấy chỉ có chiếc ghế cao cho nhân viên ngồi điều khiển trước một dàn máy móc nhấp nháy hoạt động bao quanh... Nhưng điểm đặc biệt là nhờ chỉ dẫn, khách mới để ý nhìn thấy ra có hiện diện một vòng đai bao quanh phía trên bức tường kính tiếp giáp với trần của căn phòng vĩ đại này là một loạt những chiếc đồng hồ tròn to để nhân viên ngồi ở căn chính giữa phòng có thể đọc rõ được: Ngay bên dưới mỗi chiếc đồng hồ ấy để tên các thành phố của khắp các quốc gia-khu dân cư mà tờ báo này sẽ trực tiếp phát hành tại đó. Còn mũi tên chỉ giờ của mỗi chiếc đồng hồ này được đặt cố định sẵn để nhân viên điều động biết rõ đúng thời điểm nào cần phải cho hệ thống truyền thông tân tiến chuyển toàn bộ nội dung tờ báo sang cho những nơi kia tiếp nhận và in, làm sao để tờ báo được phát hành tại các địa phương ấy ra cùng một lúc với thời điểm phát hành tại Washington D. C. , thủ đô nước Mỹ!

Nhóm khách tham quan được hướng dẫn đi một vòng như thế gần tiếng rưỡi đồng hồ; rồi khách được mời vào câu lạc bộ của tòa báo ăn bánh ngọt và giải khát độ nửa giờ nữa; tổng cộng buổi thăm viếng tòa soạn trung ương của nhật báo USA

Today kéo dài trung bình 2 giờ.

Trên đường được tiễn ra cửa, tôi chủ động gặp tiếp viên hướng dẫn và chìa ra tấm các chứng minh hiện đang là chủ bút của một tờ báo tiếng Việt tại Nam Cali, xin được hưởng một đặc ân: Chính mắt quan sát công việc làm bình thường của một biên tập viên để học hỏi. Nghe vậy, hướng dẫn viên cho biết là để vào báo cáo lại, vì yêu cầu này không thuộc phần vụ của họ. Tôi được dẫn lại vào câu lạc bộ, ngồi chờ chưa đầy mười lăm phút sau, một nhân viên tới tự xưng là phụ tá tổng thư ký (assistant of Managing Editor). Chính thức trao danh thiếp, người này hỏi, tại sao tôi lại có yêu cầu đó. Tôi dẫn giải là cá nhân tôi muốn được học hỏi cụ thể cách thức làm việc của biên tập viên tiêu biểu ở một tờ báo đang áp dụng hệ thống mạng lưới điện toán tân tiến nhất hiện nay. Tôi lại được yêu cầu đợi. Chưa đầy mười phút sau, một nhân vật khác ra trao danh thiếp đề là Managing Editor, và lịch sự mời tôi tới một phòng trên lầu hai, có tấm bảng đồng ngoài cửa đề Phòng Tin Địa phương (Local News Room). Trong phòng này có rải rác tổng cộng 5 cây cột-mỗi cột như vậy ước tính đường kính độ gần nửa thước, cao từ sàn nhà lên đến tận trần. Chung quanh cây cột sơn trắng ngà này, phía trên cùng là một màn hình tivi chạy vòng; phía dưới là một cái quầy được ráp vào rộng chừng ba phân, trên đấy bầy tất cả 8 chiếc máy điện toán, nhưng ngó kỹ mới phân biệt được rằng cứ hai chiếc laptop kê sát gần nhau, đối diện một chiếc ghế cho người ngồi sử dụng; tựu trung tối đa là bốn biên tập viên ngồi quanh mỗi khuôn cột ấy...

Tôi được yêu cầu ngồi tại chiếc ghế kê riêng đặt ở một góc gần cửa phòng, cách biệt tất cả 5 cây cột kia và được dặn là chỉ ngồi quan sát, không được hỏi han ai cả; nếu có nhu cầu ăn uống gì thì cứ bước sang khu câu lạc bộ gần đấy.

Độ một giờ sau, viên tổng thư ký trở lại mời tôi sang câu lạc bộ, ngỏ lời:

- Tôi có thể trao đổi với ông vài điều chăng?

- Xin cứ tự nhiên.

- Ông quan sát thấy ra sao?

- Rất khiến tôi chú tâm những khác biệt, đáng cho tôi học hỏi.

- Vậy sao?

- Dưới Quận Cam, Nam Cali, tòa soạn báo chúng tôi cùng các tờ Los Angeles Times và O. C. Register đã thường xuyên thăm viếng trao đổi với nhau theo một lịch trình hằng năm... Mỗi biên tập viên ở hai tờ báo ấy làm việc ở chiếc bàn chữ nhật dài gần 2 thước rộng trên một thước; trên ấy trừ chiếc máy tính còn thì luôn bừa bộn đầy những giấy báo-giấy viết tay- gạt tàn thuốc lá- cốc cà phê uống dở... Còn ở đây, khác hẳn: Mỗi một biên tập viên ngồi thì trước mặt ngước đầu lên là xem màn ảnh tivi tin tức cập nhật liên tục, ngang mặt là hai chiếc computer, một để xem tài liệu cần thiết-một để đánh luôn bài cần viết vào...

Tôi trình bầy đại khái như kể trên, viên tổng thư ký ngồi đối diện đang nghe thì vội giơ tay và nói: Xin lỗi, xếp tôi gọi. Rồi anh ta bước ra xa, lắng tai nghe... Hóa ra bên tai của anh ta có đeo máy nghe. Vài phút sau, anh ta trở lại:

- Thành thật xin ông thứ lỗi. Chủ bút, xếp tôi, yêu cầu tôi thưa lại lời mời của ông ấy là sáng mai, ông ấy mong được mời ông ăn sáng. Được chăng?

- Tôi lên đây, tạm trú ở nhà bạn quen...

- Xin lỗi. Nếu nhận lời thì ông chỉ việc cho địa chỉ và số phôn cần liên lạc. Còn lại chúng tôi sẽ lo liệu mọi thứ.

Học-Trao đổi[14]

Sáng hôm sau, 9 giờ 30, một nhân viên thuộc bộ phận vận chuyển của tòa soạn báo đến đón và đưa tôi lên một nhà hàng nằm trên cùng của một tòa nhà 20 tầng. Một người đeo cà vạt xanh dương, áo vét khoác ở sau ghế bành, đứng lên mời tôi ngồi đối diện, rồi vừa tự giới thiệu là chủ bút tờ USA Today vừa trao danh thiếp.

Sau khi cùng tôi nhấp một ngụm cà phê thấm giọng, miệng tủm tỉm cười ông ta tự nhiên hỏi:

- Bầu không gian này, ông thấy sao?

- Tuyệt! Nhìn ra ngoài khung cửa kính của nhà hàng, tôi thấy ánh mặt trời đầu thu sáng dịu trải ra khắp trên những tòa nhà xung quanh... Tiếng nhạc cổ điển nghe nhẹ thoảng quanh phòng, tôi hiện chưa biết được tên bản nhạc này..., nhưng lại khiến tôi bắt nhịp qua được một điệu tân nhạc lãng mạn của xứ tôi...

Trong lúc hớp từng muỗng xúp gà, ông ta làm như tự nhiên kể rằng trên 20 năm trước đã tốt nghiệp ngành truyền thông-

---

[14] USA Today có tổng số phát hành lớn nhất các báo Mỹ và lớn thứ hai của các báo broadsheet tiếng Anh toàn thế giới, đứng sau Thời báo Ấn Độ. Ngày phát hành đầu tiên: 15 tháng 9, 1982... Tòa soạn đầu tiên của USA Today có mặt trên đường chân trời của Washington nằm tại khu Rosslyn, quận Arlington, Virginia. [trích https://vi.wikipedia.org/wiki/USA_Today)

báo chí từ đại học Stanford, và thực thụ vào nghề báo bằng công việc phóng viên...

Ngầm hiểu, tôi cũng bộc lộ là đã tốt nghiệp ban Triết tại Văn Khoa sàigòn, có dịp làm chủ bút một tạp chí của trường, sau đó đi dạy cấp trung học, rồi vì chiến cuộc Mậu Thân 1968, lệnh tổng động viên ban hành, tôi đã vào phục vụ trong quân đội; và sau 30 tháng Tư 1975 tù nhân dưới chế độ CSVN; cuối năm 1980 được thả ra thì đầu năm sau vượt biển thành công và được nhập cảnh vào Mỹ giữa tháng Năm 1981.

Đến lúc ăn bíp tếch (beepsteak, bít tết), ông ta rỉ rả nói về hiện trạng sa sút của hệ thống Cộng sản Quốc Tế. Rồi như nhân tiện, ông ta hỏi:

- Theo ông, hiện tượng sa sút này bắt nguồn từ đâu?

- Câu hỏi bất ngờ này của ông khiến tôi thấy rằng không biết có thể duyệt sơ lại mấy mốc điểm trong quá trình của hình thành khối Cộng sản Quốc tế chăng...

- Xin mời.

- Theo tôi, có ba mốc điểm chính: Đầu tiên, hai nhân vật Lenin và Stalin đã nỗ lực thực hiện lý thuyết Duy Vật của Marx-Engels thành công ở từ nước Nga xô viết rồi lan ra nhiều quốc gia khác ứng dụng theo. Sau đấy, Nikita S. Khrushchev trong giai đoạn 1958-1964 chủ trương Xét Lại, khiến Trung Cộng chống lại. Và mấy năm đầu thập niên 1970, Hoa Kỳ đã thay đổi chiến lược bằng cách chủ động bắt tay với Trung Cộng khiến khối này dần suy yếu đi...

- Vậy theo ông, mốc điểm nào là yếu tố quyết định trực tiếp nhất?

- Giai đoạn công bố và thực hành chủ trương Xét Lại của Liên Xô.

- Ồ...

- Ông thấy sao?

- Cái nhìn của ông khiến tôi... hiện tại thì thấy cần phải cẩn thận tái xét các chi tiết cụ thể những diễn biến mới hiểu ra được xác xuất đúng sai... Điều mà tôi có thể ngỏ được ngay bây giờ với ông là nếu ông không thấy trở ngại thì từ nay trở đi, chúng ta có thể liên lạc với nhau để trao đổi ý kiến, nhất là về những tin tức liên quan tới Việt Nam. Ông nghĩ sao?

- Đồng ý. Và ông cũng cho tôi được hân hạnh trực tiếp hỏi chuyện ông, khi cần.

- Thú vị đấy... Sốt dẻo nhất, theo lịch trình thường lệ, tháng tới là tôi xuống họp mặt ở dưới Nam Cali, nhân dịp này tôi có thể trực tiếp mời ông tham dự với một số thân hữu của tôi ăn sáng với nhau. Được chăng?

Đừng gọi anh bằng chú?

Cuối cùng, trở lại với anh Kh. , hiện giờ tôi vẫn giữ nguyên ý định của trên 40 năm qua là:

- Cách anh ấy xưng hô mỗi lần chúng tôi gặp nhau, theo tôi là anh ấy tùy tiện theo cái nếp sẵn có riêng của anh ấy mà thôi. Nói cho cùng, chẳng qua nếp ấy thực ra nó đã nằm sẵn trong cách xử thế chung của người Việt ta xưa nay rồi. Tôi đinh ninh ngầm hiểu như vậy.

- Chứ mối giao tiếp thân tình và tự nhiên giữa anh ấy và tôi trên bốn mươi năm nay tự mình chứng rằng vấn đề xưng hô không hề chi phối hay ảnh hưởng gì tới nội dung giao tiếp giữa chúng tôi cả.

Do đó, thái độ của chúng tôi vẫn rõ rệt là đối xử với nhau như anh-em, bằng vai phải lứa. Vậy thôi. Chả cần phải điều chỉnh lại làm gì.

Giữa tháng mười 2023.

Giong buồm ra biển rộng

Tháng Năm 2023 vừa qua đi, để lại trong tâm tư tôi khá nhiều sự kiện đáng ghi nhớ:

Đầu tiên là thời tiết: Hiện giờ, nơi tôi ngụ cư là thành phố Westminster-Little Sàigòn-phía nam của tiểu bang California, đang bước vào những ngày sang tháng sáu-June Gloom[1], ban ngày thường lệ thì bầu trời nhiều mây, nhiệt độ ở mức trung bình mát mẻ giữa cuối xuân và đầu hè.

Tiêu chuẩn thời tiết bình thường lâu nay vẫn vậy.

Khổ nỗi năm nay ngay từ tháng tư đến giờ, kéo dài trên 2 tháng rồi, khí hậu hầu hết lúc nào cũng na ná như thế, thỉnh thoảng gió lại nổi lên hay có mưa lắc rắc. Cá nhân tôi luôn cảm thấy người mình ơn ớn, mặc dù chưa bị buốt lạnh run lên bao giờ để phải dứt khoát uống thuốc trị cảm ngừa trước. Cứ vài ba bữa lại có ngày, sáng ui ui, trưa chợt nắng lên một lát rồi tự nhiên trời âm u tiếp; cứ thế, thay đổi mấy lần trong vòng 24 tiếng đồng hồ. Hóa ra năm nay thời gian cuối xuân sang hè lại giống như là khí hậu đầu thu.

Thêm nữa, không phải chỉ Cali mà cả Hoa Kỳ từ đầu năm đến nay đều bất thường hiếm có như vậy: Từ phía đông bắc xuống

---

[1] June Gloom: Tháng Sáu ở California[Wikipedia]

đông nam, đến trung tây, nam và tây nam, nơi nào cũng hết bão tuyết dầy đặc tiếp sang mưa lũ rồi cuồng phong-bão lốc-bão xoáy, cứ thế tàn phá, khiến hàng trăm triệu dân cư Mỹ khốn đốn. Chưa hết. Dự báo mùa hè năm nay sẽ nóng sớm và kéo dài hơn bao giờ!

Thời tiết kiểu ấy đối với một người 80 tuổi như cá nhân tôi đây xem ra khá khó chịu: Thà lạnh thì lạnh hẳn mà nóng thì cũng nóng hẳn lên đi, mà đằng này khí hậu cứ triền miên âm u rồi đột biến vì gió, khiến cơ thể luôn xìu xìu ển ển, làm như bất cứ lúc nào cũng có thể đổ ra thành bệnh được. Bất thường rõ. Do đấy, thời khóa biểu sinh hoạt của tôi cũng phải thích ứng theo. Nghĩa là mỗi ngày tôi cứ phải ngồi trước cái laptop nhiều lần hơn mọi khi: Bất cứ lúc nào nẩy ra một ý mới là bật máy tính lên, ghi lại. Và như thế thì giấc ngủ-nghỉ cũng thay đổi theo, cắt khúc ra thành nhiều đoạn lắt nhắt, bất kể ngày đêm!

Và trong lúc sức khỏe bấp bênh ở những ngày tháng này, thì chính cái khí hậu bất thường đã lại càng khiến tôi bứt rứt nhắc nhớ về mốc điểm 30 Tháng Tư và Tháng Năm 1975 của bốn mươi tám năm về trước. Miên man tôi liên tưởng tới:
- "Ngày cá tháng Tư" (April Fools' Day; Wikipedia), nhằm vào mồng Một tháng Tư dương lịch hằng năm, theo nếp văn hóa của dân cư phương tây, vốn là ngày mà người ta tha hồ đùa nghịch nhau bằng những lời riễu lừa hay những trò chơi khăm, nhằm mục đích mua vui cho mọi người mà khi được chợt nhớ ra thì sẽ không hề bị chỉ trích, chỉ cười vui với nhau thôi. Nhưng trái khoáy thay, Ba mươi Tháng Tư 75 lại là mốc điểm bi kịch trong lịch sử cận đại, quan trọng đến mức có tính cách đổi đời mà bất cứ người Việt nào cũng không hề quên được! Với một người gốc Việt như tôi, mốc điểm này hẳn nhắc nhớ

đến tháng Tư... nhưng nội dung 'Cá tháng Tư' với 'Ba mươi Tháng Tư' thì lại 'tréo ngoe' nhau. Từ ý tưởng này mà suy diễn ra, thì thực tại thường luôn xẩy đến một cách trái khoáy trong đời người trải nghiệm như vậy đấy. Và sống trong cái thực tế oái oăm ấy, thái độ chúng ta đã-đang và sẽ phản ứng như thế nào. Đấy mới là vấn đề...

- Còn Tháng Năm vừa qua và mới bắt đầu trong vòng 15 ngày Tháng Sáu này thì sao?

Sinh hoạt văn hóa Việt nở rộ.

Tôi muốn đề cập tới tháng Năm và tháng Sáu-2023 với những sự kiện vừa được thông tin trên hầu hết các cơ quan truyền thông Việt-Mỹ. Chẳng hạn:

- Cuộc triển lãm có tên Con Thuyền Hy Vọng: Một chiếc thuyền vượt biển nguyên bản đã trưng bày từ mấy chục năm trước tại một viện hàng hải ở bên Pháp nay được vận động thành công đem về trưng bày tại trụ sở Viện Bảo Tàng Di Sản Người Việt-Vietnamese Heritage Museum-VIIM-ở thành phố Garden Grove vào ngày 6 Tháng Năm 2023. Đồng thời, buổi triển lãm này cũng là mốc điểm mở đầu cho một chương trình dài hạn mỗi cuối tuần, VHM hướng dẫn và dẫn giải về lịch sử 48 năm thuyền nhân-bộ nhân của cộng đồng gốc Việt ở hải ngoại cho những toán học sinh các trường trung-tiểu học quanh vùng lần lượt đến thăm và tận mắt quan sát-tận tay tiếp cận vô số các hiện vật cụ thể mà viện này thu thập được lâu nay. Từ hình ảnh, sách báo, videos, youtubes đến quần áo và vật dụng còn sót lại từ những đợt vượt biển-vượt biên của Người Tỵ Nạn gốc Việt đã được trân trọng lưu giữ như những ký vật vô giá-rồi cuối cùng là tặng dữ cho viện bảo tàng này. [2]

- Tác giả Kalynh Ngô viết lời mở đầu cho bài "Nguyễn Thanh Việt, Ocean Vương, Eric Nguyễn đã ghi tên vào văn đàn nước Mỹ như thế nào?", được đăng trên nhật báo Người Việt, ngày 23 tháng Năm, 2023: *"Tháng Năm là "Tháng Di Sản Văn Hóa Người Mỹ Gốc Châu Á-Thái Bình Dương, " xuất phát từ ý tưởng của một cựu nhân viên Quốc Hội Mỹ, ban đầu chỉ là 10 ngày đầu của Tháng Năm, gọi là "Tuần Lễ Di Sản Văn Hóa Người Mỹ Gốc Châu Á -Thái Bình Dương," (sau đó)Quốc Hội (Hoa Kỳ) chấp thuận năm 1976, (và) được Tổng Thống Jimmy Carter ký ban hành (thành) nghị quyết năm 1978. Năm 1990, Tổng Thống George H. W. Bush (lại) gia tăng (thời gian lên) thành một tháng. Và năm 1992 "Tháng Di Sản Văn Hóa Người Mỹ Gốc Châu Á -Thái Bình Dương" (bắt đầu) chính thức được gọi như hiện nay, với mục đích vinh danh thành tựu của cộng đồng thiểu số (này) tại Hoa Kỳ.* "Kalynh Ngô viết tiếp: *Sau 40 năm, kể từ khi người Việt tị nạn đóng dấu ấn vào tự điển lịch sử thế giới, có một thế hệ trẻ gốc Việt đang dần khẳng định vị trí đặc biệt của mình trong văn đàn nước Mỹ.*

Trong số đó, có những tên/họ thuần Việt được vinh danh tại các giải thưởng văn chương cao quý của nước Mỹ và thế giới, như: Nhà

---

[2] Có thể tìm hiểu vào chi tiết về VHM ở Website: http://vietnamesemuseum. org/

và đọc thêm bài "Châu Thụy và lịch sử từ những phận người"của Tuấn Khanh, 5 tháng 6, 2023 [https://saigonnhonews. com/nua-the-ky-little-saigon/chau-thuy-va-lich-su-tu-nhung-phan-nguoi/)hay Buổi ra mắt "con thuyền Hy Vọng": https://vietbao. com/a315753/vien-bao-tang-di-san-nguoi-viet-vietnamese-heritage-museum-vhm-ra-mat-con-thuyen-hy-vong;)

văn, Giáo Sư Nguyễn Thanh Việt đoạt giải Pulitzer với tiểu thuyết 'The Sympathizer' năm 2016; nhà thơ Ocean Vương với giải Thiên Tài 'Genius Grant' của MacArthur Foundation; nhà văn Eric Nguyễn giải The 2022 Crook's Corner Book Prize cho tiểu thuyết đầu tay 'Things We Lost to the Water. '

Tác phẩm của họ hầu như có một điểm chung, đó là sự ẩn chứa nhiều trăn trở về cuộc sống của một trong những sắc tộc thiểu số ở Mỹ. Đâu đó trong những trang sách là những cảm cảnh về quá khứ-về chiến tranh, là tiếng chuông vọng về truyền thống gia đình-dân tộc. Mãnh liệt hơn nữa, ẩn chứa trong nội dung, câu chữ, là cuộc hành hương thầm lặng, khát khao tìm về nguồn cội. "

Ở đây, tôi chỉ xin thêm vào một ý: Hai tác giả Nguyễn Thanh Việt và Ocean Vương sinh tại Việt Nam, lớn lên tại Mỹ; còn Eric Nguyễn sinh và trưởng thành luôn tại Hoa Kỳ. [3]

- Việt Báo online, ngày 27/05/2023, bài "Trần Anh Hùng Đoạt Giải Đạo Diễn Xuất Sắc Nhất Tại Cannes" viết: "*Trần Anh Hùng, đạo diễn gốc Việt nổi tiếng với phim "Mùa Đu Đủ Xanh" hay "Xích-lô" vừa đoạt giải Đạo Diễn Xuất Sắc Cannes với cuốn phim "The Pot au Feu" tại Cannes Film Festival.*

---

[3] Nguyễn Thanh Việt) [13 tháng 3, 1971 (52 tuổi), sinh ở thành phố Buôn Ma Thuột, Việt Nam), hiện là giáo sư tại Đại học Nam California (Southern California University);

- Ocean Vương (tức Vương Quốc Vinh, hay còn gọi là Vương Hải, sinh năm 1988 ở Gò Công, Việt Nam. Cả gia đình sáu người của anh vượt biên đến Mỹ năm 1990).

- Eric Nguyễn, 33 tuổi, sinh ra và lớn lên tại thành phố Silver Springs, tiểu bang Maryland.

(Tóm tắt trích từ Wikipedia)

Lấy bối cảnh thế giới ẩm thực Pháp năm 1885, bộ phim dựa trên cuốn tiểu thuyết năm 1924 của Marcel Rouffe "The Passionate Epicure" kể về một nhân vật hư cấu sôi nổi, Dodin Bouffant, người được truyền cảm hứng từ nhà ẩm thực nổi tiếng người Pháp Jean Anthelme Brillat-Savarin...

Một đạo diễn gốc Việt nữa là đạo diễn Phạm Thiên Ân cũng đã đoạt giải phim đầu tay hay nhất-Prix Caméra d'or (phim 'Bên trong vỏ kén vàng')."

- Sang ngày thứ bảy, mùng 3 tháng sáu năm 2023, trong bài "Đông đảo giới trẻ Little Saigon dự Viet Book Fest, nghe nói chuyện văn thơ" đăng trên báo Người Việt cùng ngày, tác giả Đằng Giao cho biết *"Phần mạn đàm của Viet Book Fest 2023 do Hội Văn Học Nghệ Thuật Việt Mỹ (VAALA) tổ chức tại Thư Viện Santa Ana vào sáng Thứ Bảy, 3 Tháng Sáu, với các diễn giả nhà văn Nguyễn Thanh Việt, Lan Dương, Lưu Trường Khôi và Isabelle Thúy Pelaud*[4]*) được rất đông người tham dự, đặc biệt là giới trẻ.*

---

[4] - Bản tin BBC New Tiếng Việt, 28 tháng 5 2023, loan tin:"Trong lễ trao giải vào tối ngày 27/5 của Liên hoan phim Cannes 2023, lần thứ 76 Đạo diễn người Pháp gốc Việt, Trần Anh Hùng đoạt giải Đạo diễn xuất sắc nhất với phim 'La Passion de Dodin Bouffant' (The Pot-au-feu). Còn đạo diễn Phạm Thiên Ân (sinh năm 1989) được trao giải Camera d'Or với 'Bên trong vỏ kén vàng' (Inside the Yellow Cocoon Shell). Trần Anh Hùng sinh ngày 23 tháng 12, 1962 tại Đà Nẵng, Việt Nam, là một đạo diễn điện ảnh người Pháp gốc Việt. Trần Anh Hùng được biết tới nhiều nhất qua các tác phẩm về chủ đề Việt Nam với phong cách thực hiện đương đại độc đáo. .

Đạo diễn Trần Anh Hùng nổi tiếng với tác phẩm Mùi đu đủ xanh (The Scent of Green Papaya) khi đạt giải Caméra d'Or tại Liên hoan phim Cannes 1993. Bộ phim này cũng lọt vào danh sách đề cử Oscar rút gọn tại hạng mục Phim nói tiếng nước ngoài hay nhất vào năm 1994. Sau đó vào năm 1995, đạo diễn Trần Anh Hùng đã tiếp tục đạt giải Golden Lion (Sư

Đây cũng là dịp đánh dấu 25 năm ra mắt tuyển tập thơ đột phá "Watermark: Vietnamese American Poetry and Prose" và chuẩn bị tái xuất bản tập thơ này với sự đóng góp của những thi sĩ gốc Việt mới như Nam Lê, Anvi Hoàng, và Vinh Nguyễn[5].

Tử Vàng) tại Liên hoan phim Venice với Xích lô (Cyclo) có sự tham gia của nam diễn viên nổi tiếng Lương Triều Vỹ ". [trích từ Wikipedia. org;)

[5] Tóm tắt từ Google search:

- Lan Duong hiện là Associate Professor về môn Điện Ảnh & Truyền thông học (Cinema & Media Studies) tại USC (the University of Southern California).

- Lưu Truong Khoi là nhà văn, biên tập viên, chuyên viên luyện thi (test-prep tutor), và tư vấn cho bộ phận ghi tên theo học (admissions consultant). Sáng tác của ông được đăng trên các mạng như The Vietnam Forum, Van Hoc, và Best New American Voices. Ông đã học qua đại học Harvard, hiện sống tại khu nghệ nhân cư trú 'The Corporation of Yaddo', thành phố New York.

- Isabelle Thuy Pelaud, Ph. D. - Giáo sư của Phân khoa Nghiên cứu Á-Mỹ (Asian American Studies Department) thuộc San Francisco State University và đồng chủ nhiệm (co-Director) the Diasporic Vietnamese Artists Network.

- Anvi Hoàng sinh trưởng tại Việt Nam, tốt nghiệp Đại Học Khoa Học Xã Hội và Nhân Văn, sang Mỹ học cao học và rồi tìm thấy niềm vui trong việc viết lách tự do. Anvi viết thuần thục cả tiếng Anh và tiếng Việt... Cô hiện sống ở thành phố Bloomington, thuộc tiểu bang Indiana. (trích "The Diasporic Vietnamese Artists Network"(DVAN) https://dvan.org/2014/01/anvi-hoang-mo-man-vo-opera-chuyen-ba-thi-kinh-world-premiere-tale-lady-thi-kinh/)

- Vinh Nguyễn: Nguyễn Quốc Vinh là chuẩn tiến sĩ tại đại học Harvard nơi ông đã đậu cử nhân ngành Văn minh và Ngôn ngữ Đông Á và cao học ngành Địa phương học- Đông Á (Regional Studies – East Asia), thinh giảng tiếng Việt, Phân khoa Văn hóa & ngôn ngữ Đông Á thuộc đại học Columbia, New York.

Buổi nói chuyện xoay quanh những khó khăn mà các tác giả gốc Việt phải đối mặt từ 25 năm trước như tìm nhà xuất bản chấp nhận tác giả gốc Việt với tiếng nói trung thực phản ảnh những tâm tư, nguyện vọng, trăn trở hết sức đặc thù của người gốc Việt.

Được biết, sau buổi mạn đàm tại Thư Viện Santa Ana, Viet Book Fest tiếp tục với phần "Book Market" tại Chợ Alta Baja để giới thiệu một số tác giả người Mỹ gốc Việt mới gia nhập văn đàn tại Mỹ và sau cùng là chương trình văn nghệ tại rạp chiếu phim Frida cũng tại Santa Ana.

Toàn bộ chương trình Viet Book Fest do VAALA phối hợp với Diasporic Vietnamese Artist Network (DVAN) tổ chức nhằm làm quảng bá tiếng nói của các tác giả gốc Việt."

Đòi lại công bằng?

Cuốn sách "Building a republican nation in Vietnam, 1920-1963" do Nu-Anh Tran & Tuong Vu chủ biên, gồm 11 bài viết của các sử gia, chuyên gia khoa chính trị học, xã hội học và học giả văn học; tổng cộng trong đó có đến 10 tác giả gốc Việt.

Nói chung, nội dung cuốn sách được các tác giả này nêu lên những nguồn phát triển chủ trương cộng hòa qua nghiên cứu chế độ cai trị từ giai đoạn thuộc địa (Pháp) chuyển sang thời Đệ Nhất Cộng Hòa (1955-1963) ở xã hội Miền Nam Việt Nam: Họ cho rằng ý niệm cộng hòa đã được nỗ lực thực thi một cách phôi thai ở xã hội Việt Nam nhưng đã không được đề cập đến một cách sâu rộng bằng chủ nghĩa cộng sản. Và ý niệm cộng hòa hiện diện trong chính sách cai trị qua diễn trình thực thi

---

- Nam Lê: nhạc sĩ sáng tác và trình diễn (https://hopamviet.vn/chord/composer/6474/nam-le.html;)

(còn sơ sài ở giai đoạn này nên chưa đủ sức bén rễ một cách sâu xa) nhân quyền, tự do dân sự và ý niệm tối cao là quốc gia trong xã hội Miền Nam Việt Nam.

Cuốn sách này đã được xuất bản lần đầu vào 31 tháng 12, 2022; rồi sau đó đã và đang lần lượt được các đại học Hoa Kỳ, như ở Hawaii-Columbia-UCLA, Oregon... tiếp tục xuất bản, nhằm giới thiệu và vận động để được chính thức trở thành sách giáo khoa môn sử và chính trị học tại các trường nêu trên. Và tuần lễ vừa qua cuốn sách này đã chính thức được giới thiệu ở cộng đồng gốc Việt trên Bắc Cali. [6]

Sự kiện này khiến tôi chợt nhớ lại buổi ra mắt cuốn Their War cách đây 3 năm rưỡi.

Trong bài báo 'Their War: Công Bằng và Danh Dự cho VNCH', tác giả Lê Hữu đã viết:

"Ba mươi phút hội luận giới thiệu cuốn Their War của tác giả Julie Phạm vừa diễn ra vào chiều Chủ Nhật, 10 Tháng Mười Một, 2019, tại Langston Hughes Performing Arts Theater, Seattle, tiểu bang Washington.

Their War là cuốn sách tóm tắt bằng Anh Ngữ về đề tài chiến tranh Việt Nam mà Julie Phạm được chấm ưu hạng ra bậc cử nhân sử tại UC Berkeley năm 2001, để nhận được học bổng tiến sĩ sử tại Đại Học Cambridge, Anh Quốc, năm 2008. Tháng Bảy vừa qua, cuốn Their War được Amazon in và phát hành. Với cuốn sách này, cô Julie Phạm nói về cuộc chiến tranh ấy và giương danh cuộc chiến đấu hào hùng của người lính VNCH... Trả lời câu hỏi về sự quay

---

[6] có thể đọc thêm chi tiết ở: https://uhpress. hawaii. edu/title/building-a-republican-nation-in-vietnam-1920-1963/

lưng của đồng minh lớn Hoa Kỳ dẫn đến việc kết thúc chiến tranh Việt Nam mà miền Bắc là 'bên thắng cuộc, 'tác giả 'Their War' cho biết cô ghi nhận người Mỹ 'loại bỏ' VNCH đến hai lần. Lần đầu, họ cam kết không bỏ rơi miền Nam nhưng rồi lần lượt rút quân về nước, cắt đứt mọi viện trợ và không một phản ứng nào khi Bắc Việt xé bỏ hiệp định chấm dứt chiến tranh năm 1973 để tiến chiếm miền Nam. Lần thứ hai, qua việc giới truyền thông Hoa Kỳ không nhắc nhở gì đến quân đội VNCH hoặc rất mờ nhạt như thể đấy là cuộc chiến giữa Hoa Kỳ và Bắc Việt chứ quân đội miền Nam thì vắng mặt. Với tập sách Their War ấy, Julie Phạm muốn trả lại sự công bằng và danh dự cho người lính VNCH, trả lại tính trung thực và sự thật cho lịch sử và cũng trả lại niềm hãnh diện, nỗi tự hào cho thế hệ trẻ người Việt một khi các cháu hiểu được, hiểu rõ và hiểu đúng về cuộc chiến tranh Việt Nam và cuộc chiến đấu anh dũng của người lính miền Nam thế hệ cha ông mình..." [7]

Hai thông tin đại loại như trên, khiến người ta bình luận rằng:
- Đã đến lúc cần tích cực đòi lại sự công bằng lịch sử, trả lại danh dự cho quân dân cán chính VNCH, nhất là đối với QLVNCH.

- Phục hồi chính nghĩa của dân cư Miền Nam Việt Nam trong biên niên sử cận đại.

---

[7] https://nvnorthwest. com/2019/11/their-war-tra-lai-cong-bang-va-danh-du-cho-nguoi-linh-vnch-bai-le-huu-nguoi-viet-online/

hoặc xem https://www. facebook. com/NguoiVietOnline/videos/cu%E1%BB%91n-their-war-c%E1%BB%A7a-julie-ph%E1%BA%A1m-c%C3%A1i-nh%C3%ACn-v%E1%BB%81-cu%E1%BB%99c-chi%E1%BA%BFn-vi%E1%BB%87t-nam/883977852000251/;

Riêng tôi thì trộm nghĩ rằng dù sao đây cũng chỉ là những thể hiện đã-đang và sẽ tiếp tục minh chứng bằng đời sống kiên trì ròng rã gần nửa thế kỷ qua, và còn nỗ lực tiếp diễn nữa, của các cộng đồng dân cư gốc Việt ở khắp nơi trên thế giới. Họ muốn minh chứng bằng nhân cách và nhân phẩm sẵn có của chính họ ở sức vươn lên và lan tỏa sống còn, như một đóng góp trong tầm cỡ dân tộc cho bước tiến bộ chung của loài người.

Những nỗ lực khai phá

Từ mấy sự kiện sốt dẻo nêu trên, tôi nhớ lại rằng nhiều bài viết suốt 40 năm nay, cũng như rất nhiều tác giả khác, cá nhân tôi đã có cơ hội để cập tới nhiều những cá nhân nỗ lực khai phá các ngành văn học-nghệ thuật Việt trên xứ người.

Đến nay, tôi còn có thể lướt qua đến khá nhiều nhân vật kiệt xuất trong nhiều lãnh vực sinh hoạt văn nghệ, họ đã khuất nẻo đường đời trong cộng đồng Việt hải ngoại: Về văn học thì những Mai Thảo, Nguyên Sa, Nghiêm Xuân Hồng, Hà Thượng Nhân, Hoàng Anh Tuấn, Bùi Bảo Trúc, Thanh Tâm Tuyền, Nhật Tiến, Du Tử Lê, Tô Thùy Yên... Riêng về lãnh vực âm nhạc thì tôi nhớ ngay đến những Phạm Duy, Trần Văn Khê, Trần Quang Hải,... mới đây nhất là Cung Tiến...

Nhưng hiện nay vẫn còn những 'cây cổ thụ' đang hiện diện. Như Nguyễn Đình Toàn... Và Lễ mừng thọ 100 tuổi và vinh danh Giáo Sư Doãn Quốc Sỹ do năm hội đoàn là Hội Giáo Chức Việt Nam-Nam California-Gia Đình Sư Phạm Sài Gòn-Viện Việt Học-Câu Lạc Bộ Hùng Sử Việt-Cựu Học Sinh Bưởi-Chu Văn An đồng hợp lực tổ chức vào sáng Thứ Bảy, 10 Tháng Mười Hai, 2022 tại Hội trường Royal Garden Estates, thành phố Westminster-Nam Cali. Cụ Doãn Quốc Sĩ vừa là nhà giáo vừa là nhà văn tiêu biểu có chiều dầy lịch sử hiếm có. [8]

Tuy nhiên, nhân trong khoảng thời gian này, tôi lại thấy cần bốc ra đây mấy sự kiện tiêu biểu khác nữa. Như:

- Nhạc sĩ Xuân Tiên: Mời quí vị đọc qua những sơ lược trích từ Wikipedia: *"Tên thật là Phạm Xuân Tiên (28 tháng 1 năm 1921-2 tháng 6 năm 2023) là một nhạc sĩ có nhiều đóng góp cho nền tân nhạc Việt Nam, hoạt động âm nhạc từ thời kỳ tiền chiến đến sau năm 1975. Ngoài sáng tác nhiều bản nhạc có giá trị được nhiều người yêu thích như "Khúc hát ân tình", "Mong chờ", "Về dưới mái nhà", "Duyên tình",... thì ông còn có khả năng chơi 25 loại nhạc cụ, đồng thời cải tiến và sáng tạo một số nhạc cụ mới... Giai đoạn từ năm 1944 đến năm 1975, ông điều khiển nhiều dàn nhạc nổi tiếng từ Bắc*

---

[8] Doãn Quốc Sĩ: "Ông dạy học tại các trường trung học công lập như Nguyễn Khuyến (Nam Định, 1951-1952), Chu Văn An (Hà Nội, 1952-1953), Trần Lục (Sài Gòn, 1953-1960). Làm hiệu trưởng trường Trung học Công lập Hà Tiên (1960-1961), giáo sư trường Trung học Hồ Ngọc Cẩn (1961-1962), giáo sư Đại học Sư Phạm Sài Gòn, Đại học Văn khoa Sài Gòn từ năm 1962 đến giữa thập niên 1960, ông du học tại Hoa Kỳ về ngành giáo dục và rồi trở về nước tiếp tục công việc giảng dạy cho đến năm 1975...

Tác phẩm nổi tiếng nhất của ông là Khu rừng lau, một trường thiên tiểu thuyết gồm 4 tập: Ba sinh hương lửa (1962), Người đàn bà bên kia vĩ tuyến (1964), Tình yêu thánh hóa (1965), và Những ngả sông (1966). Theo Lê Văn, đặc phái viên Việt ngữ của Đài Tiếng nói Hoa Kỳ, trong một cuộc phỏng vấn ông, có dẫn chuyện rằng "Ba Sinh Hương Lửa" người ta thường ví như những tác phẩm lớn của Nga như "Chiến tranh và hòa bình", trong đó nội dung mô tả lại những cảm xúc đớn đau của một thế hệ thanh niên mới lớn tham gia vào công cuộc kháng chiến chống Pháp nhưng sau đó phát giác ra mình đã bị lợi dụng như công cụ đấu tranh giai cấp của những người cộng sản và "có lẽ chính vì thế mà anh đã bị cộng sản bỏ tù khi họ khi chiếm được miền Nam"(Nguồn:

https://vi. wikipedia. org/wiki/Do%C3%A3n_Qu%E1%BB%91c_S%E1%BB%B9;)

vào Nam: dàn nhạc Hà Nội (1944-1946), Nam Định (1951-1952) và các đài phát thanh tại Sài Gòn gồm Pháp Á, Sài Gòn, Mẹ Việt Nam và Đài Tiếng nói Quân Đội trong thời kỳ 1952-1975...

Đến năm 1986 được bảo lãnh sang Úc, 10 năm đầu ông sống tại thủ đô Canberra, làm nghề sửa chữa kèn, sáo, sau chuyển về khu Cabramatta (ngoại ô Sydney)... Sinh thời ông chăm chỉ rèn luyện thể chất. Thời còn ở Hà Nội, ông học võ Việt Nam và quyền Anh, đến dịp theo đoàn Tố Như vào Nam thì học võ Thiếu Lâm. Thường ngày ông tập luyện kéo tay... Năm 2021, nhạc sĩ Xuân Tiên cho ra cuốn hồi ký 'Những mẩu chuyện giữa hai thế kỷ'. Từ tháng 5 năm 2018, ông vào an dưỡng tại tại Viện dưỡng lão Australian Vietnamese Aged Care Services (AVACS) ở khu Smithfield-cũng ở ngoại ô Sydney, thuộc Hội đồng thành phố Fairfield. Ông qua đời ngày 2 tháng 6 năm 2023, hưởng thọ 102 tuổi...

Xuân Tiên sáng tác từ trước năm 1945, thuộc lứa nhạc sĩ thời kỳ tiền chiến, các ca khúc như "Chờ một kiếp mai" viết chung với Ngọc Bích và "Trên kiếp hoa" (1939-1942). Ông chủ trương đào sâu vào nhạc Việt, dùng kỹ thuật và nhịp điệu phương Tây nhằm cải tiến và làm giàu nền nhạc Việt" [9]

- Trong khi đó, một buổi Lễ Mừng Thọ & Vinh Danh giáo sư-nhạc sư-nhiếp ảnh gia Lê Văn Khoa đã được các hội đoàn văn hóa & truyền thông Việt hải ngoại (Hội Giáo Chức Việt Nam-Nam California, Câu Lạc Bộ Hùng Sử Việt, Viện Việt Học, Viện Bảo Tàng Di Sản Người Việt, Liên Nhóm Nhân Văn Nghệ Thuật và Tiếng Thời Gian & nhật báo Người Việt) cùng đứng ra tổ chức vào chiều thứ Bảy 10 tháng 6 năm 2023 tại Hội

---

[9] xem thêm ở https://vi. wikipedia. org/wiki/Xu%C3%A2n_Ti%C3%AAA;

trường của nhật báo Người Việt.

Trong nhiều đại diện lên tiếng ở dịp này, ông Châu Thụy của Viện Bảo Tàng Di Sản Người Việt (Vietnamese Heritage Museum, VHM) đã phát biểu đại khái: *"... Qua đoạn phim tài liệu về Nhạc Sư LVK, do VHM thực hiện, anh đã chia sẻ tấm lòng của mình đối với quê hương Việt Nam, dù đã xa xứ gần nửa thế kỷ. Anh luôn nêu cao tinh thần và bản sắc dân tộc Việt, trong các sinh hoạt nghệ thuật của anh, nhất là trong âm nhạc. Anh là một trong những cá nhân đầu tiên đưa những âm điệu Việt Nam vào với dòng nhạc giao hưởng thế giới. Tuy vậy, anh có một cuộc sống rất giản dị, và luôn hết lòng cho nghệ thuật; cho nên, chị Ngọc Hà (người bạn đời của anh) vẫn thường nói đùa, "anh viết nhạc không lời để rồi mãi không có lời"!*

Thưa anh, anh đã đem chuông đi đánh xứ người, tiếng chuông ấy đã và vẫn đang âm vang trên khắp năm châu. Anh luôn là một tấm gương sáng cho các bạn trẻ, để nỗ lực luôn cố gắng vươn lên, vượt mọi khó khăn, với một tinh thần học hỏi không ngừng. Chúng ta, những thế hệ trẻ tiếp nối, hãy trân quý những di sản mà anh LVK đã trọn đời cống hiến: Hãy gìn giữ lấy cội nguồn dân tộc, để tiếp tục làm rạng danh người Việt Nam." [10]

---

[10] trích từ cuốn Lê Văn Khoa-Một người Việt Nam CLBTNS & VAP & APA xuất bản năm 2013

và https://www.voatiengviet.com/a/l%C3%AA-v%C4%83n-khoa-ng%C6%B0%E1%BB%9Di-h%C3%B2a-nh%E1%BA%A1c-vi%E1%BB%87t-nam-v%C3%A0o-d%C3%B2ng-nh%E1%BA%A1c-th%E1%BA%BF-gi%E1%BB%9Bi-/5154394.html:

- "Từ miền Nam Việt Nam (1954-1975) đến sang Mỹ (1975 - 2007) chưa có công trình nào đồ sộ về nhạc nhi đồng như của ông. Ông xuất bản tập nhạc Hát Cho Ngày Mai gồm 24 ca khúc ngắn. Trong những tập nhạc khác

Một điểm lý thú là buổi lễ đặc biệt này diễn ra đúng vào sinh nhật của đương sự, ông Lê Văn Khoa!

Như muối bỏ biển?

Đồng thời, tôi chợt nhớ rằng trong lần trao đổi mới đây, một thân hữu đã khề khà kể cho nghe mấy đoạn còn sót lại ở ký ức người này. Tôi xin tóm tắt sau đây hầu chuyện quí vị: *"Tháng 12 năm 1946, toàn dân kháng chiến chống Pháp, gia đình tôi từ Hànội vội chạy về lại quê sống tạm; lúc ấy tôi mới 5 tuổi.* Suốt

---

ông viết cả phần piano như: Nhạc Việt Mến Yêu, Dân Ca Việt Nam, Gọi Nhớ, The Beautiful Bamboo và nhiều sáng tác lớn về Thánh Ca Cơ Đốc và tập Thánh Ca Nhi Đồng...

- Phóng tác từ dân ca và sáng tác theo âm hưởng dân nhạc. Chính những sáng tác về loại này đã đưa những tác phẩm của ông vào trào lưu nhạc quốc tế, được dùng để giảng dạy tại Ukraine, và một phân khoa âm nhạc tại Goldenwest College, Orange County, California. Trường này đã ấn hành lần đầu tập nhạc The Beautiful Bamboo... Ông viết nhạc với nhiều thể loại và đã có khoảng 600 nhạc phẩm và hòa âm. Ông cũng đã soạn hòa âm về nhạc dân ca và nhạc phổ thông Việt Nam cho Ban Hợp Xướng Ngàn Khơi và Dàn Giao Hưởng Việt Mỹ (VAPO). Lê Văn Khoa cũng viết bài về âm nhạc và là chủ biên chương trình „Nhạc Trong Đời Sống của Chúng Ta", Đài Phát Thanh Little Sài Gòn... . Các sáng tác cho dàn nhạc đại hợp tấu quốc tế như "Memories" hay „Symphony Viet Nam 1975" tức Đại tấu khúc "Việt Nam 1975", nói lên thân phận người Việt Nam trong cuộc chiến xâm lược của miền Bắc cho đến khi vượt thoát tìm tự do tại các nước châu Âu và Hoa Kỳ, được ra mắt công chúng vào năm 2005, với dàn nhạc giao hưởng Kyiv Symphony Orchestra và Chorus của Ukraine.

- Năm 1968, Ông cùng sáng lập Hội Nhiếp Ảnh Nghệ Thuật và giúp Hội xuất bản 3 quyển sách. Hội là một trong 10 hội đứng hàng đầu trên thế giới trong cuộc thi Nhiếp Ảnh Quốc Tế Al Thani và được huy chương vàng trong thể loại „Hội Ảnh Tốt Nhất" ở cuộc thi Trierenberg Super Circuit tại Áo Quốc. Lê Văn Khoa là người Việt đầu tiên có ảnh triển lãm ở Quốc Hội Hoa Kỳ. Ông đã là giáo sư môn nhiếp ảnh tại Đại Học Salisbury State College, Tiểu Bang Maryland, năm 1976-1977. "

ngày sinh hoạt trong đoàn thiếu nhi địa phương khiến tôi năng động thích mê đi. Độ tháng 11 năm sau, 1947, đoàn văn nghệ của Trung đoàn Thăng Long thuộc sư đoàn Thủ Đô lưu diễn đến quê tôi, ở lại phục vụ văn nghệ dân cư và các đơn vị đồn trú tại địa phương quanh vùng lẫn sinh hoạt hằng ngày với các đoàn thể nam-phụ-lão-ấu, mà thường xuyên nhất là với các toán thanh thiếu niên; trong đấy tôi còn nhớ tới ba nhân vật nổi bật: Phạm Nghệ-trưởng đoàn, Trịnh Hưng và Phạm Huy Ngà, họ đều ở lớp tuổi 18-đôi mươi cả.

Sau đấy, độ đầu năm 51, ông Phạm Viết (lúc ấy đang phụ trách quyền chỉ huy trung đoàn quân Kháng Chiến) kín đáo khuyên là nên về Thành. Ba nhân vật này nghe theo. Nhưng vào Tề rồi thì chỉ có ông Phạm Huy Ngà là chuyển ngành sang giáo dục, để trở thành giáo sư dạy môn lý-hóa nổi tiếng vào cuối 1950 sang 1960. Hai người kia vẫn tiếp tục theo đuổi ngành âm nhạc: Vào Nam, Trịnh Hưng thành nhạc sĩ trình diễn, còn ông Phạm Nghệ theo học vĩ cầm và dạy lại môn này ở trường Quốc Gia Âm Nhạc Sàigòn. Tới khi tái định cư bên Mỹ, ngoài việc đi làm kiếm sống, ông Nghệ tiếp tục chơi vĩ cầm cho một ban nhạc nhỏ ở New Orleans. Đến lúc các con khôn lớn, ông ấy khuyên nên phát triển học theo ngành nhạc; nhưng 2 đứa đầu đã chuyển sang học kỹ sư và tài chánh, còn đứa chót học lên tốt nghiệp đại học nhưng lại trở thành huấn luyện viên lành nghề môn quần vợt (Tennis). Nói chung, được cái là gia đình cả ba người này họ đều khá giả, an vui..."

Sau khi vui miệng kể như trên, bạn tôi thổ lộ, như chính anh đang băn khoăn tự nhủ: "Không biết sự kiện như vậy có phải là như muối bỏ biển chăng?". Nhất thời chưa nghĩ ra được lý giải, tôi ậm ừ trong lần mò: "Anh có cho là như thế không?"

- Dường như không hẳn là vậy...

- Ồ...

- Còn anh, thấy thế nào?

- Chiếu theo kinh nghiệm bản thân, tôi thấy là trong thời gian mới tái định cư, lạ nước lạ cái-tay trắng, mọi thứ đều phải khởi sự lại từ đầu...

- Dù sao đấy cũng vẫn là những nỗ lực vươn lên để mong sao tiếp tục nghề cũ... Nhưng thấy đó, phải kiên trì... Tuy nhiên, xem ra rất là bấp bênh, rất là họa hiếm, cần phải gặp thêm được nhiều may mắn, nhiều tình cờ hỗ trợ, may ra mới có thể đạt được mức thành tựu khiêm tốn... Ngoài ra, cũng phải khách quan mà nhận định rằng chúng ta đừng để mình vướng mắc mãi trong một cái nếp cũ, đóng khung lại cứng ngắc, rồi độc đoán bó buộc những thế hệ con cháu phải noi theo, thực tế thì tất cả đã hoàn toàn thay đổi hẳn ở xã hội tái định cư rồi. Những điều kiện sống và phát triển đã khác biệt hẳn rồi... Phải không?

- Nói chung lại, giai đoạn đầu mới tái định cư, phải chịu nhiều rủi ro, nhiều hy sinh để ít ra cũng tạo thành cái ổn định cuộc sống trước đã, coi đấy như một nền tảng căn bản cho thế hệ kế tiếp...

Để tạm kết bài này, tôi thấy nên nêu ra đây một thông tin mới nhận được. Đó là:

- Đài truyền hình địa phương WFAA hôm Thứ Tư, 14 Tháng Sáu đặc biệt giới thiệu: Một cô bé gốc Việt ở Texas mở nhà hàng độc đáo, mang chủ đề vũ trụ, đang ngày càng thu hút nhiều thực khách.

Cô bé cho hay Rocketbelly là tiệm tự phục vụ trà sữa và gà chiên duy nhất ở Texas... Khắp nơi trong tiệm được trang trí bằng hình ảnh và vật lưu niệm có chủ đề vũ trụ. Bé Olivia nói em đam mê vũ trụ tới mức sau này em muốn mở nhà hàng trên Sao Hỏa. "Đó là hành tinh em thích nhất, " cô bé giải thích. Yếu tố chính gây ấn tượng của tiệm là phần bên trong, cái bụng (belly, từ ngữ nôm na của chữ 'nội thất') của hỏa tiễn (rocket). Do đó, bé Olivia đặt tên tiệm là Rocketbelly.

"Cha mẹ chúng tôi ngày xưa không bao giờ thực sự ủng hộ ước mơ của chúng tôi, do đó, khi lớn lên tôi thường nghĩ, 'Mình muốn khác biệt, '" bà Mary Huỳnh, mẹ bé Olivia, cho hay. " Tôi muốn ủng hộ ước mơ của con cái để chúng muốn làm nghề gì cũng được. "

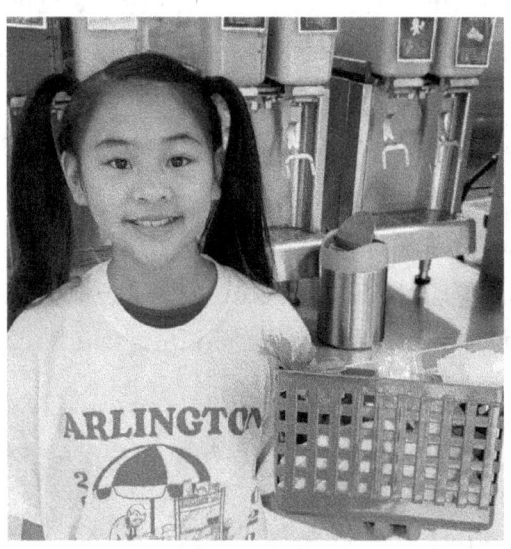

Bé Olivia Huỳnh chụp hình trong tiệm Rocketbelly của em. (Hình: Facebook Rocketbelly)

Bé Olivia Huỳnh, 11 tuổi, mở nhà hàng này bằng tiền để dành từ việc làm người mẫu và diễn viên.

Bản tin của đài WFAA không giải thích vì sao Olivia Huỳnh

có thể làm việc trong tiệm nước nêu trên... Theo bản hướng dẫn lao động của Texas, thì cư dân là trẻ em 13 tuổi hoặc nhỏ hơn có thể không được làm việc tại tiểu bang này, ngoại trừ một số tình huống giới hạn nào đó.[11]

Cuối cùng, xin ghi lại bốn câu:
"Tháng năm-tháng sáu rộn ràng
danh tài phất phới rạng nguồn cội xưa.
Ấy bao công khó nhặt thưa
nuôi mầm sáng tạo cho vừa nhân gian"

Father's Day, Chủ Nhật 18 tháng Sáu 2023.

---

[11] trích từ bài viết của tác giả Th. Long [Nguồn: https://www. nguoi-viet. com/little-saigon/co-be-goc-viet-11-tuoi-o-texas-mo-nha-hang-doc-dao-chu-de-vu-tru/?utm_source=Ng%C6%B0%E1%BB%9Di+Vi%E1%BB%87t+Newsletter &utm_campaign=471219d047-EMAIL_CAMPAIGN_2023_06_15_12_59&utm_medium=email&utm_term=0 _cf5f0a479c-471219d047-157043941;) và: "Học sinh trung học Westminster High School thắng giải nhất STEM toàn nước Mỹ"June 3, 2023, nhật báo Người Việt.

II.

Lệ Thu,
mấy liên tưởng chợt hiện

Sáng thứ bảy, 16 tháng giêng 2021, tình cờ nghe tin Lệ Thu vừa ra đi vào khoảng 7 giờ tối hôm qua. Sau đó, đọc vào tin chi tiết thì mới biết bà vốn cùng sinh một năm với tôi...

Tự nhiên tôi thấy cảm xúc trào dâng trong huyết quản vốn lâu nay đã nguội lạnh: Kể từ mấy năm gần đây, bạn hữu cư ngụ ở khắp nơi đã lần lượt bỏ ra đi...

Nỗi đau mất bạn.

Nếu tôi còn nhớ không lầm thì vào thời gian 2 năm (1966-1968), tại Quán Văn, trên bãi cỏ dốc giữa khuôn viên Văn Khoa sàigòn, những đêm ca nhạc sinh viên diễn ra mỗi cuối tuần đều hiện diện những Trịnh Công Sơn-Khánh Ly, Từ Công Phụng, Vũ Thành An, cặp Lê Uyên Phương... và cả Lệ Thu nữa. Nhưng riêng cái phong cách trình diễn độc đáo (đi chân trần trên bãi cỏ), Khánh Ly đã được giới sinh viên thời ấy gọi là nữ hoàng chân đất. Còn Lệ Thu xuất hiện trên bờ sân gạch làm sân khấu với vóc dáng tiểu thư, với giọng hát trong vắt tròn trịa, thì được bọn khán thính giả sinh viên chúng tôi lại gọi đó là "cô công chúa ngủ trong rừng"...

Sau này, tôi mới biết thêm rằng thực ra trước đấy mấy năm, Lệ Thu lẫn Khánh Ly đã là ca sĩ nổi tiếng tại những phòng trà ca nhạc và vũ trường Sàigòn rồi mà cá nhân tôi không hề hay! Bằng chứng rằng thời kỳ ấy có lần tôi cùng Trần Tuấn Kiệt tạt qua tiệm sách Khai Trí trên đường Lê Lợi, gặp Hoàng Trúc Ly đang đến "nộp bản" truyện thiếu nhi đã hứa trước và được ông Nguyễn Hùng Trương chi cho một ít gọi là "đặt cọc". Hoàng Trúc Ly liền rủ hai đứa chúng tôi sang Thanh Thế ăn trưa rồi đi nhậu luôn. Đến tối cả ba đều ngà ngà say. Ly dẫn về nhà anh thuộc khu cư xá (tôi chỉ mang máng nhớ) góc Cống Quỳnh với Hoàng Thụy Năm, nhìn xế sang bệnh viện Từ Dũ đẳng xa xa, góc Cống Quỳnh với Hồng Thập Tự. Giữa mấy tuần rượu và trà, đã nghe Hoàng Trúc Ly đọc thơ của anh, đến nay tôi còn nhớ được một đoạn:

"từ em tiếng hát lên trời

tay xao dòng tóc, tay vời âm thanh
giọt buồn rỏ xuống hồn anh
nghe như da thịt tan tành xưa sau..."

Tự nhiên ghi lại đoạn thơ này trong ký ức, tôi chỉ cho đây là chút gì cụ thể nhớ về một người bạn, thế thôi. Nhưng mới đây tình cờ đọc được toàn bộ bài này (có tên là Ca sĩ, và Hoàng Trúc Ly có lẽ đã được gợi hứng từ một nữ danh ca thuở ấy?), tôi đã thấy riêng bốn câu thơ trên có mấy từ ngữ khác với những gì mình ghi nhớ[1]. Biết vậy nhưng chưa có gợi ý nào bắt buộc khiến tôi phải bỏ công truy cứu để hiểu một cách tường tận thêm. Cho tới bây giờ, ở lúc này, tôi lại muốn chép lại ra đây nguyên văn như mình đã nhớ, như là một dấu ấn gián tiếp nhắc đến chút tâm tình sâu kín của riêng mình đối với bằng hữu: Hoàng Trúc Ly nghe nói đã bỏ đi vào cõi vô cùng độ trên ba mươi mấy năm nay ở trong nước; và từ đấy đến nay đã có thêm Trần Tuấn Kiệt, Du Tử Lê cũng lần lượt tiếp nhau ra đi... Đặc biệt hơn nữa là vào giữa lúc giai đoạn ba đen tối chưa từng có[2] của một năm đại dịch đang xảy ra khắp nơi trên thế giới hiện nay, các nghệ sĩ cũng đã lần lượt rời bỏ trần gian này. Những Thái Thanh, Mai Hương, Chí Tài... và Lệ Thu.

Tâm tình người nữ ca sĩ.

Đề cập tới giới sinh hoạt ca nhạc, thời bấy giờ ở Sàigòn lẫn cả bây giờ ở ngoài hải ngoại này, nhân đây cũng phải thú thật rằng

---

[1] Xem thêm bài: "Hoàng Trúc Ly – Ca Sĩ" của Du Tử Lê và bài "Từ Em Tiếng Hát Lên Trời & Phòng Trà Sài Gòn Xưa" của Nguyễn Xuân Thiệp.

[2] Sáng thứ ba, 19 tháng 1 / 2021, thông báo chính thức cho biết là trên thế giới đã có đến trên 94 triệu lây nhiễm, trên 2 triệu tử vong và riêng ở Hoa Kỳ thì trên 14 triệu lây nhiễm với trên 400 ngàn tử vong.

từ thuở trai trẻ ấy cho đến nay, suốt trên nửa thế kỷ qua tôi vẫn chỉ có dịp đặt chân đến phòng trà ca nhạc hay vũ trường tổng cộng đâu độ bốn năm lần là cùng. Nên thân hữu vẫn thường nhắc đến tôi là tên cù lần số một!

Mấy ngày nay, nhân tin Lệ Thu mất tác động vào ký ức, tôi nhớ lại rằng vào đầu thập niên 1980, vượt thoát khỏi nước, Lệ Thu đã sớm cho ra băng nhạc "Hát trên đường tử sinh" do Sóng Nhạc thực hiện năm 1981[3]. Đồng thời, xem trên băng tần ViệtfaceTV/57. 2, nghe phát đi phát lại nhiều lần băng nhạc" Tưởng Nhớ Nữ Danh Ca Lệ Thu | PBN Collection 1. "[4], những đoạn lời Lệ Thu hát "Hải Ngoại Thương Ca" đã như rót vào vùng khô hạn của tâm tư tôi:

"Một mùa thương kết muôn hoa lòng. Người về đây nối câu tâm tình. Về cho thấy xuân nồng áo em. Cho tình xưa thôi cách xa. Về chung mái nhà lá. Người về đây giữa non sông này. Hội trùng dương hát câu xum vầy. Về cho thấy con thuyền nước Nam. Đi vào mùa Xuân mới sang. Xa rồi ngày ấy ly tan..."

Điệp khúc: "Tôi đi giữa trời bồi hồi. Cờ bay phất phới (tôi) quên chuyện ngày xưa. Mong sao nước Việt đời đời: Anh dũng oai hùng chen chân thế giới. Mặc thời gian tóc phai đổi màu. Mặc đại dương sóng xô mưa gào. Đàn chim én trong làn chớp xanh. Yêu trời tự do Á Đông. Thương về đồi núi xa xa..."

Được biết ca khúc này đã được nhạc sĩ Nguyễn Văn Đông sáng tác vào năm 1963, nay được nghe lại qua giọng hát Lệ

---

3 Xin nghe trực tiếp "Hát trên đường tử sinh"

4 Xin nghe đầy đủ qua "Tưởng Nhớ Nữ Danh Ca Lệ Thu"| PBN Collection 1. Chiếc Lá Cuối Cùng (Tuấn Khanh) PBN64 2. Hải Ngoại Thương Ca (Nguyễn Văn Đông) PBN77

Thu, trong lòng tôi dâng lên một niềm phấn chấn: – Riêng Lệ Thu thì khi hát ca khúc này, lòng có hân hoan hay không? Có nhớ đến tâm trạng của chính mình khi rời nước thành công thì đã thực hiện được băng nhạc "Hát trên đường tử sinh"?

– Không biết khi sáng tác, ông ấy có ảnh hưởng gì về sự kiện lịch sử Mùng Một Tháng Mười Một cùng năm đó hay chăng? Mà sao như một cách vô tình hay cố ý gì đó, sáng tác của ông ấy có những lời lẽ như tiên đoán trước được thực trạng đất nước và dân tộc Việt đã và đang diễn tiến trên nửa thế kỷ vậy! Từ đó, tôi liên tưởng những Phật Ca, Thánh Ca (như chương Nhã Ca của Salomon ở trang 790, đoạn "các sách văn thơ" thuộc Cựu Ước, Kinh Thánh)... Và tôi thấy băng nhạc "Hát Trên Đường Tử Sinh" của Lệ Thu lẫn ca khúc "Hải Ngoại Thương Ca" của Nguyễn Văn Đông như những tác phẩm đậm dấu ấn trong dòng Việt Ca.

Nghệ danh và thân phận.

Bằng hữu của tôi hầu hết thường cho rằng ca khúc Hạ Trắng của Trịnh Công Sơn đã được tiếng hát của Lệ Thu chuyển tới giới thưởng ngoạn một cách tuyệt diệu nhất. Tôi chỉ yên lặng tiếp nhận ý kiến ấy, vì tôi chưa bao giờ dám đảm bảo rằng mình đã được nghe Lệ Thu hát nhiều bằng đa số bạn mình. Đặc biệt nhất là khi họ mệnh danh Lệ Thu là nữ hoàng nhạc thính phòng, thì tôi lại càng yên lặng nghe mà chưa hề dám ngỏ ý kiến riêng, dù tôi là một kẻ cũng thích nghe nhạc bất cứ lúc nào trong ngày, ngay cả trong giấc ngủ; nghe nhạc bất cứ ở đâu, dù là đang lái xe hay ở bàn làm việc, và thú nhất là nghe nhạc không lời... nhưng lại quá ít lần được dịp tham dự các buổi hòa nhạc, đại nhạc hội, phòng trà, cũng như vũ trường.

Mấy ngày nay tôi đặc biệt nghe được Lệ Thu hát rất nhiều ca khúc chọn lọc từ những cuốn băng nhạc đã phát hành lâu nay, được phát lại qua những băng tần tivi việt ngữ địa phương (tôi tạm nhớ như là những Vietfacetivi- 57. 2, LittleSàigòn tivi- 56. 10 & 14. 2, Sàigòn tivi- 57. 4, SET- 57. 11 vân vân) trong chủ đề tưởng niệm. Có ít nhất ba nhạc phẩm nghe Lệ Thu hát mà tôi xúc động, qua một số những lời ca tạm trích dẫn sau đây: *"Nước mắt mùa Thu khóc trong đêm dài. Mùa mưa chới với tiếng mưa buồn rơi... Người xây ngục tối tình yêu lừa dối. Giọt mưa tìm tới để chia lầm lỗi với người... Nước mắt mùa Thu khóc cho cuộc tình. Nước mắt mùa Thu khóc cho hạnh phúc. Mỏng manh vụt đến rồi tan tành, như trăng thanh. Nước mắt nào nguôi khóc cho đời mất thần linh rồi... người xa người (tôi xa tôi). Nước mắt mùa Thu khóc than một mình. Một đời ca sĩ hát trong buồn tênh. Giọng ca buồn bã vào trong đời úa. Thời gian còn đó còn thương còn nhớ hoài..."* (Nước Mắt Mùa Thu, sáng tác của Phạm Duy)

Hay:

"Giòng sông nào đưa người tình đi biển biệt. Mùa thu nào cho người về thăm bến xưa. Hoàng hạc bay, bay mãi bỏ trời mơ. Về đồi sim, ta nhớ người vô bờ... Ta vẫn chờ em dưới gốc sim già đó, Để hái dâng người một đóa đẫm tương tư. Đêm nguyệt cầm ta gọi em trong gió. Sáng linh lan hồn ta khóc bao giờ. Ta vẫn chờ em trên bao la đồi nương, trong mênh mông chiều sương. Giữa thu vàng, bên đồi sim trái chín. Một mình ta ngồi khóc tuổi thơ bay... Thời gian nào trôi bềnh bồng trên phận người. Biệt ly nào không muộn phiền trên dấu môi. Mùa vàng lên, biêng biếc bóng chiều rơi. Nhạc hoài mong, ta hát vì xa người... Thu hát cho người. Thu hát cho người, người yêu... ơi!" (Thu hát cho người của Vũ Đức Sao Biển)

Và:

"*Đêm qua chưa mà trời sao vội sáng. Một đàn chim cánh nhỏ chở mùa sang. Chiều vào thu tiễn em sầu lạnh giá. Lá trên cành từng chiếc cuốn bay xa... Đêm chia ly buồn gì sao chẳng nói. Chỉ nghe em nói nhỏ trở về thôi. Ngày buồn tênh cũng đưa chiều vào tối. Mím môi cười mà nhớ thương khôn nguôi... Mộng về một đêm xuân sang. Em thì thầm ngày đó thương anh. Thuyền về một đêm trăng thanh. Xây mộng vàng đậu bến sông xanh... Mộng tràn ngập đêm trăng sao. Sao đầy trời từng chiếc lấp lánh. Rồi một chiều xuân thơ trinh. Cho lòng mình về với dĩ vãng... Xa nhau chưa mà lòng nghe quạnh vắng. Đường thênh thang gió lộng một mình ta. Rượu cạn ly uống say lòng còn giá. Lá trên cành một chiếc cuối bay xa...*" (Chiếc lá cuối cùng của Tuấn Khanh)

Tất cả những hình ảnh xuất hiện để hát những ca khúc này, Lệ Thu đều trang phục đẹp nền nhã, thần thái ung dung tự tại, chất giọng rất trong-ấm và ngọt. Ngọt một cách ngậm ngùi, rót từng âm thanh lọt mỗi lúc một vào tâm khảm của tôi... Thôi nhé bạn. Mắt tôi đã mờ, không thể viết tiếp được nữa...

11 giờ khuya, thứ ba, 19/1/2021.
Điều chỉnh vào tháng 8/2023.

Nguyễn Tường Quý
lững thững giữa đời

Chiều thứ bảy, mùng 9 tháng 10- 2022, Hà Quốc Bảo từ Richland (tiểu bang Washington) gọi phôn xuống.

Lâu nay cứ trung bình vài tuần, hai chúng tôi vẫn nói chuyện với nhau qua phôn như vậy. Hầu hết là vì nhớ tới nhau mà kêu, chứ chuyện trò thì bao giờ cũng lan man, nghĩ gì trong đầu thì trao đổi thứ ấy; rồi điều nào khích thích được tâm trạng chung của cả hai thì chúng tôi tranh nhau nói... mà chưa chắc gì người bên kia có chịu lắng nghe hay không! Thường là vậy.

Cũng thế. Lần này sau khi chào hỏi mào đầu như một cách hâm nóng ký ức, chẳng biết sao Bảo Hà nhắc: Vào năm 2007, chính Bảo Hà đã gợi ý rằng trong thập niên 1960 có dịp đậm đà nhất là vụ lũ lụt lớn Miền Trung năm 1964, cả ba chúng tôi, Nguyễn Tường Quý-Bảo Hà và Bảo Phạm, đã cùng nhau tham dự công tác cứu trợ. Ba đứa đều hứng khởi vì các toán quyên góp được cư dân sàigòn tận tình hưởng ứng nồng nhiệt. Cùng với những thành viên thiện nguyện khác, cả ba chúng tôi ăn dầm ở dề luôn hàng tháng trời tại trụ sở Ủy ban cứu trợ được tạm thời cấp cho, ở 156 Công Lý Sàigòn... Nhắc lại chuyện ấy, rồi Bảo Hà đã sẵn trớn mở lời luôn: Mới đấy mà đã nửa thế kỷ trôi qua... Sao bọn mình không cùng nhau về thăm chốn xưa một chuyến nhỉ... Và đấy cũng là lần cuối ba đứa bọn mình lại có dịp rong chơi chung với nhau...

"Mai đúng vào ngày giỗ Quý đấy", Bảo Hà nhắc.

Chợt nghe, tôi đứng tim, buột miệng lắp bắp: "Sao... sao cậu lại có thể nhớ chính xác vậy!..." Và đồng thời, lời nhắc nhở của Bảo Hà khêu gợi tôi liên tưởng tới ngay rằng tháng Mười năm 2019, chúng tôi mất luôn một lần 4 người bạn: Trần Tuấn Kiệt-Du Tử Lê-Nguyễn Văn Trung và Nguyễn Tường Quý...

"Nếu có lên viếng chùa-vái Phật, cho tớ ké tưởng niệm Quý, nhá?", Bảo Hà lửng lơ buông lời.

*

Duyên may gặp gỡ:

Chết thật! Không ngờ bỗng dưng tôi đổ đốn ra tới độ vô tâm đến thế: Chẳng còn nhớ ra ngày bạn ta mất, ngày giỗ thứ ba của một người bạn thân.

Phải chăng trên hai năm qua, mùa đại dịch kéo dài, bạn hữu liên tục rủ nhau ra đi, đặc biệt tới tấp nhiều hẳn lên so với trước, tâm trí tôi cứ thế là lãng đãng vẩn vơ đến độ lú lẫn?...

Hay có phải vì tuổi tác đã về chiều, ký ức già cỗi hẳn đi, khiến mình thành đãng trí?... Dù sao đi nữa, dù nại bất kỳ nguyên nhân-cớ sự nào đi nữa, tôi vẫn tự cảm thấy rằng mình như chỉ đang gián tiếp tự bào chữa! Thật sự là mình có lỗi với bạn, phải thành thật mà tự nhận thấy vậy.

Trăn trở trong tâm trạng ấy, tôi nhẩn nha nhớ về mấy cột mốc cụ thể của Nguyễn Tường Quý và tôi ở quá khứ trên dưới sáu chục năm qua...

Hai đứa chúng tôi đã bắt đầu gặp gỡ và làm việc chung với nhau khoảng từ cuối năm 1960 đến cuối năm 1963: Những lần chạm mặt nhau trên chùa. Rồi nhờ qua một ông anh kết nghĩa hướng dẫn, chúng tôi đã cùng nhau sinh hoạt đoàn thể mà đặc biệt thường xuyên là hai đứa phụ trách hằng tuần chỉ bảo cho một số cô cậu nhỏ hơn đang cố gắng học thi; còn thỉnh thoảng thì lại cùng tham gia vào những trại công tác phục vụ xã hội.

Sau đấy, năm 1964, càng nổi rõ nét thân thiết giữa chúng tôi ở những sinh hoạt của Tổng hội Sinh viên sàigòn...

Như thời tôi cộng tác viết bài cho bản tin Lên Đường của Tổng hội Sinh viên Sàigòn thì Nguyễn Tường Quý là một cá nhân hướng dẫn tập thể sinh viên trường đại học Kiến Trúc tham dự vào các trại công tác xã hội do Tổng hội tổ chức.

Như cả hai tháng trời liên tiếp, tại trụ sở Tổng hội Sinh viên trên đường Duy Tân, chúng tôi cùng có mặt trong nhóm tổ chức rầm rộ nhiều buổi giới thiệu được đông nghẹt số lượng khán thính giả tham dự hát theo hai trường ca Con Đường Cái Quan và Mẹ Việt Nam của nhạc sĩ Phạm Duy. Từ đó nhiều ca khúc của 2 trường ca này được thường xuyên vang lên ở khắp nơi. Nếu tôi nhớ không lầm thì nổi nhất là hoan ca "Việt Nam-Việt Nam" đã được phổ biến rộng rãi, đến độ chỉ thua có Quốc ca mà thôi.

Như trại hội thảo và công tác vào Hè năm 1964 kéo dài 2 tuần lễ được cho phép tổ chức ngay tại khuôn viên viện đại học Đà Lạt, qui tụ các đại diện của cả ba sinh viên đoàn Sài Gòn-Đà Lạt-Huế, nhằm tìm phương thức tổ chức thành lập Tổng hội Sinh Viên Việt Nam... Kết quả thì chỉ phần công tác là có chút ít tiếng vang tích cực; còn hội thảo thì xem ra đã bị các thế lực chính trị chi phối nên dở dang, không cụ thể đạt được sự thành lập một cơ cấu kết hợp nào trên thực tế. Trong dịp này, tôi hoạt động trong ban báo chí; còn Quý thì với kinh nghiệm dầy dặn từ thời cuối thập niên 1950 hoạt động trong hội Thanh Niên Thiện Chí, anh đã tỏ ra xuất sắc trong việc điều động trại công tác ở Suối Vàng, ở Buôn Thượng... và ở cạnh khu tu viện khổ hạnh Thiên Chúa Giáo dòng Châu Sơn.

Nhiệt huyết bung ra trong lãnh vực hoạt động xã hội thiện nguyện:

Riêng công tác cứu lụt Miền Trung năm 1964 của Thanh Niên Sinh Viên Học Sinh Sàigòn là đậm đà nhất:

Sinh viên của các phân khoa viện đại học sàigòn phối hợp với học sinh các trường trung học lớn tại thủ đô thiết lập thành Ủy ban thanh niên-sinh viên-học sinh sàigòn đặc trách kế hoạch này. Ban đầu là các toán tản ra các khu dân cư-chợ-trung tâm thương mại vận động quyên góp trực tiếp từ đồng bào. Ai ngờ mới chỉ hoạt động trên một tuần lễ thì vật dụng-thực phẩm ồ ạt đổ về quá nhiều. Chúng tôi phải gấp rút nhờ bên bộ Thanh Niên vận động xin một nơi làm trụ sở; và chỉ vài ngày sau đã được đồng ý cấp cho một căn biệt thự hiện đang bị bỏ trống số 156 Công Lý, xế dinh Độc Lập.

Ủy ban phải họp ngay lại để thành lập những bộ phận chuyên trách: Tiểu ban hành chánh-quản trị, tiểu ban bốc xếp- phân loại- đóng góp- di chuyển, tiểu ban giao tế-nhân sự... Đặc biệt Ủy ban nhất quyết không thu góp tiền bạc để gây quỹ hoạt động, mà chỉ dựa vào sáng kiến đi thuyết phục, bộ nào trong chính phủ đồng ý hỗ trợ lãnh vực nào thì yêu cầu bộ ấy cho một đại diện của họ sang sinh hoạt cùng với tiểu ban đặc trách của Ủy ban để biết nhu cầu mà chi dụng thẳng từ quỹ của bộ ấy xuất ra, chứ chúng tôi không nhận tiền mặt để trực tiếp chi tiêu bất cứ một thứ gì.

Chẳng hạn, chúng tôi cầy cục vào phi trường Tân Sơn Nhất trình bầy công tác cứu trợ với tướng Nguyễn Cao Kỳ, lúc ấy là tư lệnh Không Quân. Ông quay sang thiếu tá Vũ Đức Vinh (thời gian này ông Vinh đang phụ trách chức vụ chánh văn phòng cho tư lệnh)[1] bảo:

- Anh tìm cách giúp họ đi!

Thế là thiếu tá Vinh tiện xe jeep chở luôn chúng tôi vào câu lạc bộ của căn cứ, cho uống nước giải khát; rồi vẫn chưa nghĩ được cách trực tiếp giúp ra làm sao, ông cứ cho xe chạy vòng vòng đến mấy cái hangar chứa máy bay, nhằm giới thiệu 'quảng cáo' quân chủng Không Quân với bọn học sinh-sinh viên choai choai chúng tôi… Chợt ông ấy reo lên:

---

[1] Ông Vũ Đức Vinh được biết sau đó đã ra nắm chức tổng giám đốc nha Vô tuyến Truyền thanh một thời gian. Sau Tháng Tư 1975, ông cùng gia đình tái định cư ở Seattle - tiểu bang Washington -, làm cán sự xã hội của quận hạt và đồng thời thực hiện tạp chí Đất Mới cùng với Mai Thảo, Thanh Nam, Túy Hồng, Nguyễn Văn Giang (từ năm 1975 đến năm 1984)… Riêng cá nhân người viết bài này có nhiều dịp lên Seattle sinh hoạt văn nghệ-báo chí nên thường gặp ông và được ông tâm sự cho biết hồi trẻ ở Hànội, ông có bút hiệu là Huy Quang, đã viết báo và cho xuất bản được 2 tác phẩm,

Tác phẩm đầu tay của ông là Truyện dài "Hai Mái Tóc Xanh" đã được Nhà Xuất bản Công Lực xuất bản dưới hình thức Sách Hoa Mai nhắm vào độc giả thanh niên – Thiếu nữ, cuốn truyện dài thứ hai của ông mang tên "Đôi Ngả" cũng xuất bản ở miền Bắc.

Ông (vào năm 1958?) góp 'tiếng' vào trong Chương trình Thi Văn Tao Đàn, "Tiếng nói của thơ - văn miền Tự Do", do nhà thơ Đinh Hùng chủ xướng.

- À phải rồi! Mấy chiếc vận tải cơ C- 47 của Pháp trao lại-cũ mềm này đang được quyết định chuyển dần ra Nha trang để các lớp huấn luyện trưng dụng cho bọn khóa sinh học lái... Thôi để tôi trình Tư lệnh rằng mỗi tuần có ba chuyến C- 47 bay từ đây ra Nha Trang thì tiện đường chở luôn theo đồ cứu trợ của các anh đưa thẳng đến Đà Nẵng bốc rỡ xuống rồi bay trở về Nha Trang. Vậy nhá.

Được tư lệnh chấp thuận, thiếu tá Vinh đặc trách luôn: Liền trong hai tuần lễ, ba chuyến mỗi tuần, chính ông điều động mấy chiếc GMC ra hốt đồ cứu trợ từ trụ sở của Ủy Ban chúng tôi chở vào lần lượt chất lên chiếc phi cơ vận tải C- 47 rồi chở cả các toán công tác của chúng tôi ra đến Đà Nẵng đổ xuống, rồi cũng chính ông tự 'gia công' xin mấy chiếc xe vận tải của căn cứ không quân ngoài ấy tiếp chở đồ cứu trợ lẫn cả bọn lau nhau chúng tôi đi phân phối cho đồng bào mấy vùng bị lũ lụt nặng, từ Quảng Ngãi về tới Quảng Nam.

Tôi còn nhớ, có lần tôi và Nguyễn Tường Quý cùng đi hướng dẫn toán cứu trợ: Lũ trên nguồn tràn xuống kéo luôn cả làng cư dân lẫn bóc đi cả một hai cây số đường nhựa trên Quốc Lộ I ra mất hút ngoài biển khơi! Xe GMC đến khúc đường ấy bắt buộc phải ngừng, chúng tôi nhờ các dân làng quanh đấy gánh hàng cứu trợ lội qua vùng nước lũ đang còn chảy xiết. Sang được phía bên kia, chúng tôi xin trả công, họ mỗi người không đòi một đồng bạc nào mà chỉ ngỏ lời, mong nhận được một ký lô gạo! Nhìn thấy họ mắt sáng lên, tay run run nhận lấy túi gạo, chúng tôi trong lòng mới bắt đầu hiểu thấm thía được cái mức độ đói nghèo tột độ của dân làng vùng bị lũ lụt.

Tôi còn nhớ, có lần phải dùng thuyền của dân để chở đồ cứu

trợ. Qua từng khúc gặp toán dân vệ hay địa phương quân VNCH, họ tỏ ra mừng rỡ chào hỏi ý ới... Nhưng cũng có đoạn gặp phải toán du kích VC họ vẫy gọi lại tuyên truyền. Mấy cậu học sinh đi trong đoàn cứu trợ chúng tôi cười cợt đùa rỡn, khiến Nguyễn Tường Quý phải cản lại và giải thích rằng du kích VC họ 'dân vận 'đấy, mình phải giả tảng phớt lờ cho qua đi để còn yên lành mà chu toàn phận sự chứ! Nhờ vậy mà mấy lần sau các cậu học sinh nhỏ đi trong đoàn tỏ ra chững chạc hẳn.

Tôi còn nhớ, có lần toán học sinh-sinh viên đi cứu trợ gặp dân đang dựng lại nhà. Cả bọn chúng tôi trên chục đứa liền hăng hái xông vào ra tay giúp ghép phên làm vách, chuyển lá lên lợp mái, gánh đất đắp nền..., lấy đó làm vui... Nhưng chỉ được gần nửa buổi, đứa nào đứa nấy mệt lăn quay ra cả! Trong khi ấy người dân, cả đàn bà lẫn con nít, họ vẫn thoăn thoắt luôn tay luôn chân. Họ còn vừa làm vừa hát hò vui vẻ. Dân làng còn ngỏ lời rằng nhờ chúng tôi 'hụ hợ giúp vui', khiến họ lên tinh thần hẳn!

Hợp tan-tan hợp.

Vốn chuyên môn kiến trúc, tôi còn nhớ rằng Nguyễn Tường Quý vào độ 1966 trở đi đã cùng với Hà Quốc Bảo (tốt nghiệp kỹ sư công chánh) và Trần Vũ Bản, ba 'tay' thành lập công ty chuyên đấu thầu xây dựng các căn cứ quân đội Mỹ ở Việt Nam, trụ sở ban đầu ở đường Sương Nguyệt Anh...

Hồi ấy, vì hoạt động ở hai nghề nghiệp khác nhau, tôi ít hẳn gặp Quý trong mấy năm sau đó, mà chỉ nhớ rằng anh ấy đã được mời thiết kế xây cái cổng cho viện đại học Vạn Hạnh ngay trên đường Trương Minh Giảng, cạnh cây cầu bắc qua kinh Nhiêu Lộc...

Đến đâu cuối năm 1974, đang lăn lộn trong quân đội, phục vụ tại Ủy ban Liên Hợp Quân Sự 2 Bên, tình cờ gặp Quý thì không hiểu do đâu mà tự nhiên bất ngờ tôi đã buột miệng đề nghị: Hãy vẽ mẫu ngôi mộ cho tớ!

Vài tháng nữa có dịp gặp lại, Quý ngẩn người ra khi nghe tôi thật sự đòi xem bản anh vẽ xây mộ cho tôi. Chẳng hỏi thêm lý do, chỉ một tuần sau đó, Quý kiếm đến và trao một tập đầy đủ các bức vẽ trên dưới-trong ngoài- trước sau mẫu một ngôi mộ, với tiêu đề: Kiến trúc mộ của Phạm Quốc Bảo!...

Thế rồi có ai ngờ được rằng chưa đầy nửa năm sau, biến cố 30 tháng Tư 1975 ập đến, gia đình Quý ra đi thoát sang Mỹ, còn tôi thì lăn lộn trong tù, liệt người thừa chết thiếu sống trên một năm rưỡi, nghĩa là suýt bỏ mạng ở lại Đồi Sả trong một trại giam trung ương ngoài Bắc...

Đến độ năm 1985, gia đình Quý từ Vancouver giọn sang Nam Cali, anh hành nghề kiến trúc lại: ban đầu tạm chung văn phòng với luật sư Phạm Văn Phố, trên dẫy lầu trong khu cùng với nhà hàng Song Long; sau giọn vào trong khu văn phòng thuộc bùng binh khu Moran, dọc đường Bolsa.

Tôi còn nhớ, dịp này anh có nhận xây dựng nên mấy ngôi chùa:

Anh có lần rủ tôi và Ngô Mạnh Thu đi cùng lên Sacramento trong thời gian anh lo xây cất một thiền viện nữ tu trên ấy... Nhưng đặc biệt vào đâu vài năm đầu thế kỷ này, anh có nhận vẽ và điều động xây một cảnh chùa nằm ở vùng đồi núi phía đông bắc quận San Diego, sát xa lộ 15. Được vị thầy trụ trì ở đấy giới thiệu, anh tính mua miếng đất cạnh ngôi chùa này. Và tập bản thảo kiến trúc một khu mười mấy -hai chục căn nhà kiểu townhouse, chung quanh khu ấy thì gồm có độ trên một thước trồng cỏ lẫn cây thấp quanh mỗi ngôi nhà, đã được anh khoe với tôi và Ngô Mạnh Thu: Anh tính xây cho bọn thân hữu chúng tôi mỗi gia đình một căn để khi nghỉ hưu, cả lũ kéo nhau về đó cư ngụ chung, trên mảnh đất ấy!

Mộng ước này dĩ nhiên là không thành: Bọn chúng tôi chẳng có được bao nhiêu đứa đủ tiền đặt cọc trước. Hơn nữa, thực tế thì khu nhà nếu thực hiện ở dưới ấy xem ra quá xa xôi với trung tâm Little Sàigòn, nên khi trở về già rồi thì bọn tôi chả còn được bao nhiêu người đủ sức lái xe xa được như vậy nữa!

Bức lan vẽ dở dang.

Sang định cư ở Nam Cali, có lẽ chưa bao giờ lại là thời kỳ thuận tiện cho ngành sinh hoạt văn học-nghệ thuật nở hoa, Nguyễn Tường Quý mỗi lúc một vẽ hăng say hơn hẳn trước đây. Trên hai mươi năm, anh đã cho triển lãm tranh chung lẫn riêng tới độ trên dưới mười lần: Tranh phong cảnh, tranh chùa, và hình tượng Phật... và đặc biệt nhất, theo tôi, là những bức anh vẽ Phong Lan. Chính Quý có lần tâm sự thổ lộ rằng xem ra giới thưởng ngoạn có vẻ ưa tranh vẽ lan của anh nhất. Với khiếu thưởng ngoạn hội họa thường thức, tôi nông cạn và sơ sài cảm nhận rằng cá nhân mình nói chung khá thích nét vẽ mảnh và sắc, có nhiều không gian thanh thoát, còn bố cục tranh Nguyễn Tường Quý thì đa phần thiên về ấn tượng. Riêng tại nhà tôi hiện đang treo ba bức họa của Quý, thì hai bức vẽ lan treo ngay trên tường trong phòng ngủ. Trong ấy có một bức tôi còn nhớ rõ từng chi tiết:

Vào mấy năm cuối thập niên 2010, do sức khỏe của Quý yếu

dần, bọn thân hữu chúng tôi năng tới lui thăm anh tại nhà. Một lần tôi được cháu Thọ, nghĩa tử của Ngô Mạnh Thu, tiện thể chở tôi đến. Chú cháu tôi vừa bước vào ngõ đã thấy Quý đứng sẵn trước cửa nhà đón, trong lòng tôi đã hơi mừng thầm cho sức khỏe của bạn mình. Nhưng khi ngồi rỉ rả trà nước với nhau ở phòng khách, Quý xem ra tiết kiệm lời hỏi đáp hẳn so với những lần trước đấy.

Nhìn vẩn vơ quanh, tôi thấy ở góc phòng có một cái giá vẽ, trên ấy sẵn để một khung vải. Xa mấy thước không nhìn rõ, tôi đứng dậy tiến lại gần: Hóa ra bức vẽ lan chi được phác họa bằng bút chì, mấy cánh lan mới thoáng có một nước màu hơi phớt đỏ-vàng lấm chấm, ở giữa nhiều khoảng trống mầu xanh da trời đậm-nhạt thô sơ; còn những cọng hoa và cả nền bức họa vẫn thấp thoáng nét chì, chỗ rõ chỗ mờ... Không hiểu sao mà tôi lại tự nhiên buột miệng thốt lên:

- Tôi thích bức này.

- Chưa vẽ xong. Quý lửng lơ trả lời.

- Ấy. Dở dang mới đáng giá, cậu ạ.

Nghe tôi phát biểu như thế, Quý yên lặng một lát rồi khó khăn bước lại gần. Anh cầm bút lên tính viết nhưng cánh tay run run... Không biết nghĩ sao anh lại trao cây bút dầu cho tôi:
- Cậu viết thay tớ.
- Viết gì?
- Thân tặng PQBảo-Nguyễn Tường Quý-8/2017.

Lững thững đến. . rồi đi.

Sáng chủ nhật, mùng 10 tây, như thường lệ của gần mười năm nay, có những bạn từ Bakesfield-Simi Valley lái xe xa cả hai ba tiếng đồng hồ xuống sớm, còn tôi thì đúng đỉnh ra quán cà phê quen thuộc. Ngồi với ít nhất cũng 6, còn thường là 8, có khi lên được tới mười mạng, lai rai 'dứt lác' với nhau bên ly cà phê hay trà, rồi tới trưa tà tà rủ nhau đi ăn ở đâu đó.

Chiều, quá 1 giờ, tôi lặng lẽ một mình lái xe lên chùa Liên Hoa. Giờ này ở đấy vắng hẳn, thấy qua bãi cỏ dọc khu vực dành cho bãi đậu xe có thêm hai tượng đức Phật Bà Quán Âm mà trước mấy năm nay chưa hề có, tôi tạt vào chấp tay vái và nhẩm hai lần Chú Tiêu Tai với Chú Cứu Khổ; rồi mới băng qua khu nhà ngang, vào sân giữa, lại chấp tay vái và đọc 2 lần 2 Chú tại hình tượng Phật Bà trên hòn non bộ nhỏ ở góc trái trông ra sân; trước khi đi chếch về phía bên trái, qua chánh điện, vào một dọc am ở phía bên trái của sân sau cùng chùa. Mới có vài năm không tiện dịp lên đây mà am chứa cốt đã từ hai rưỡi thêm ra thành năm cái rồi.

Đứng trước từng am, tôi lại vái và nhẩm hai lần hai câu Chú. Vừa nhẩm thầm vừa liếc mắt nhìn từng hũ cốt bầy trên 4 lớp kệ đặt vòng quanh vách bên trong am...

Tôi còn nhớ hũ cốt của Nguyễn Tường Quý với của Nguyễn Tường Vũ[2] đã nhiều lần hiện diện ở tầng trên cùng, phía bên trái của am thứ nhất. Bây giờ không thấy nữa...

Nhẩn nha di chuyển từ am này sang hết đến am kia, tôi xem thấy ít nhất là hiện diện thêm hũ cốt của chị Phạm Dung vợ anh Lê Đình Điểu, hũ cốt của anh dược sĩ Vương Bá Cẩn... và vài nhân vật quen biết khác, không tiện nhắc thẳng ra tên tuổi ở đây, đều hiện diện ở trên hai am rưỡi mới được lập thêm...

Đã dự tính quay lại tìm kỹ từng am thêm một lần nữa..., trong lòng tôi đang nghi rằng có thể gia đình đã đưa cốt của bạn mình về chung tại nghĩa trang của dòng tộc chăng... Nếu giả như tro cốt của bạn tôi vẫn còn để ở đây mà mình kiếm lại không thấy thì chỉ việc kêu đến hỏi chuyện bà Tâm, vợ Quý, là rõ ngay... Nhưng có thật sự cần phải như vậy chăng?

Tự nhiên tôi cảm thấy nhẹ tâng, thông thoáng...

Tần ngần đứng cạnh bức tượng Địa Tạng Vương Bồ Tát, tôi vẫn vơ đưa mắt nhìn lên những tàng cây xanh im lắng... Mùi nhang thoảng qua-trộn lẫn vào tiếng kinh trầm trầm từ chánh điện len ra và lan tỏa trong không gian tịch mịch... Hình ảnh của người bạn tôi từ ký ức cứ thế mà hiển hiện... trong êm ắng của bầu không gian sau chùa... lẫn trong lòng tôi...

---

[2] Anh Nguyễn Tường Vũ học Văn Khoa sàigòn, tốt nghiệp cao học môn Văn chương Pháp... Sau Tháng Tư 75, anh cùng gia đình tái định cư tại Ottawa- Canada. Anh có thời gian vào làm cán sự xã hội ở đây, nhưng đáng kể là anh đã nhiều năm làm thiện nguyện cho Cao Ủy Ty Nạn LHQ, phục vụ tại những trại ty nạn Việt ở Phi Luật Tân, Mã Lai... trong thập niên 1980.

"*Chợt nhớ về những sáu mươi năm qua
bao nhiêu cơn lốc thế sự ta bà
cùng phận quay cuồng hai đứa từng trải
tả tơi mấy bận, tưởng khuỵu... thế mà:*

*Gặp bí, hai đứa vẫn cứ nhẩn nha
Riết rồi cũng thấy được lối thoát ra
để cứ an nhiên tà tà dấn tới
cuối cùng vượt khỏi-đời sống nở hoa...*

*Giờ đây ngẫm lại-thật là
suốt đời lững thững-yên hòa nhẹ tênh!*"

11 giờ 22 pm. Thứ Năm 20 tháng 10- 2022.

Tứ tiêu dao

Cuối tháng 2 năm nay, 2023, chỉ trong vòng hai ngày, tôi đã mất đi hai người bạn cùng sinh năm 1941: Nguyễn Ngọc Kiểm, bút danh Ngọc Hoài Phương, & Bùi Hồng Sĩ.

Một lúc ồ ạt những hình ảnh xưa cũ-những sự kiện trồi lên từ ký ức xâm chiếm liên tục, lúc hiện rõ ra dần, rồi mờ đi và biến mất; lúc chồng lấn lên nhau dầy cộm đến nghẹt thở... Tôi ở trong trạng thái tê bại toàn thân, chết lặng người đi như bị lôi cuốn vào một cơn mộng du miệt mài không sao cưỡng lại được...

Trong niềm xúc động bồi hồi tràn ngập ấy, tâm tư lập tức thúc đẩy tôi viết ngay về Bùi Hồng Sĩ trước.

*

Dường như trong độ khoảng hai năm 1962-63, ngụp lặn trong bầu không gian sống đầy những chộn rộn sôi nổi giữa xã hội Sàigòn, tôi và Bùi Hồng Sĩ đã từng nhiều lần ở lỳ luôn trong nhà của nhau hằng tháng trời là thường. Và một số chi tiết còn nẩy ra từ ký ức ở tôi như:

- Có những buổi sáng, tụi tôi đang ngủ 'nướng' trên gác. Bọn nhóc em của Sĩ đói quá kêu réo đòi ăn, bà ngoại và mẹ Sĩ thay phiên nhau nạt: "Đợi hai anh dậy xuống nhà đã, tụi mày mới được động đũa!"

- Vốn bị chứng mất ngủ hành, tối nào ông cụ thân sinh ra Sĩ cũng uống thuốc an thần Valium và nằm dật dờ trên trường kỷ ngoài phòng khách.

Người thứ ba từ trái: Bùi Hồng Sĩ
(hình trong đám cưới của một thân hữu, 1982)

Có một điều đặc biệt là hai cha con Sĩ tính khí đều rất kiệm lời nhưng đồng thời lại xem ra khắc khẩu với nhau. Tôi thấy Sĩ chưa chủ động muốn tiếp cận với cha mình bao giờ. Riêng tôi thì hễ rảnh là xuống hầu chuyện ông. Nói chung là vậy nhưng thường ra thì ông mắt cứ nhắm hờ mà miệng lại rì rầm kể hết chuyện này sang chuyện khác. Còn tôi chỉ thụ động ngồi nghe, luôn luôn bị cuốn hút vào những sự tích sinh động của câu chuyện. Sâu đậm nhất mà tôi còn nhớ được là mấy chuyện ông đi bộ đội Việt Minh năm 1946-Chuyện Cộng sản Việt ngầm tiêu diệt dần đi các thành viên đảng phái khác để độc chiếm công kháng chiến chống Pháp trong thời kỳ 1946-53-Chuyện ông đem cả gia đình về lại Đà Nẵng, rồi sau đó vào sinh nhai hẳn trong Nam, năm 1951...

- Có mấy buổi sáng, ông cụ lọ mọ lên gác gãi vào bàn chân tôi để rủ đi ăn phở ngay ngoài đầu ngõ, giáp với đường Trương Minh Giảng. Rồi sau khi hớp xong một ngụm cà phê tráng miệng, ông cụ đứng dậy ra trả tiền rồi dúi vào tay tôi mấy ngàn:

"Cho tụi mày tiêu với nhau", ông nói vậy trước khi lên xe đi làm. Tự hiểu ngầm hàm ý của hành vi ấy là ông muốn trao tiền quà vặt cho đứa con trai lớn nên khi trở về nhà, đợi Sĩ thức dậy là tôi lại giao số tiền ấy cho anh.

*

Mấy năm chót của thập niên 1960 sang đến 1970, những vụ Việt Cộng ám sát xẩy ra mỗi lúc một nhiều, ngay tại Sài gòn. Riêng trong lãnh vực học đường, tôi còn nhớ thời ấy có mấy vụ nổi bật như sinh viên y khoa tên Trần Quốc Chương, con của thẩm phán Tối cao Pháp viện Trần Thúc Linh bị xô từ lầu cao của trường Y Khoa sàigòn xuống đất chết, năm 1967. Như sinh viên Lê Khắc Sinh Nhật bị bắn ngay tại khuôn viên trường Luật Khoa giữa năm 1971. Riêng tại Văn Khoa thì phải chịu đựng tới những hai vụ ám sát: Tháng 12 năm 1967, Ngô Vương Toại bị bắn vào bụng, đứt bốn khúc ruột; rồi cùng tháng đó năm sau, 1968, Bùi Hồng Sĩ lại bị bắn lén vào sau gáy trong khi ngồi sau chiếc mobilette do Đào Trường Phúc lái đang đậu ngay cổng trường đợi vượt sang lần xe đi về bên trái[1]. Thế mà

---

[1] Tuy nhiên, vào sáng thứ Tư 02/08/2023, qua một người bạn chung cải chính rằng trưa hôm ấy anh bạn chở Sĩ là Tuấn (Tôi không thân với anh bạn này lắm, nên chẳng nhớ cả họ của anh; nhưng hồi đó trong nhóm bạn có nhiều người tên Tuấn, anh này trên gáy luôn có nhiều đám tóc mỏng

may mắn sao, cả hai đều thoát chết!²

Nhưng đặc biệt tôi nhớ được giai đoạn này là vì có nhiều sự kiện khác liên quan: Chẳng hạn như chính nhờ vào sự kiện chết hụt này mà sang năm sau, năm 1969, Sĩ chính thức lấy vợ, dẹp bỏ đi mấy đám dạm ngõ hay đám hỏi trước đấy của anh... Và chính tôi đã thành phù rể cho Sĩ!

Hai đứa chúng tôi còn cùng vào học khóa 3-70/ SQTB Thủ Đức đúng theo lệnh Tổng Động Viên. Năm 1972, Sĩ ra ứng cử Dân biểu nhưng không thành. Rồi tháng ba 1973, hai đứa cùng về phục vụ tại Phái đoàn Quân Sự 4 bên rồi 2 bên. Và đến cuối năm đó thì Sĩ được biệt phái về bộ Thông tin-Dân vận-Chiêu hồi, để ra nhận lãnh chức vụ Đại diện Thông Tin vùng Một kiêm Trưởng ty Thừa Thiên-Huế.

*

---

như tơ nên thường được gọi thân mật là 'Tuấn Lông'), chứ không phải Đào Trường Phúc. Theo như tôi còn nhớ: Đào Trường Phúc vào mấy năm chót thập niên 1960 một lúc lấy 2 bằng cử nhân Luật & Việt Hán. Anh nổi tiếng dịch mấy cuốn truyện của Quỳnh Dao từ hán sang việt văn. Sang Mỹ định cư, anh làm tờ Phố Nhỏ trên Hoa Thịnh Đốn và hoạt động trong phong trào Hưng Ca. Tôi kể dài dòng ra đây để nhân dịp nhắc lại cái thời trai trẻ vui đùa với nhau một cách thân thiết ấy...

Có thể xem thêm chi tiết ở bài "Bùi Bảo Trúc rạng danh Ký Mục Gia"; [https://sangtao. org/2016/12/26/bui-bao-truc-rang-danh-ky-muc-gia/#more-91498) Hoặc ở bài "Từ Công Phụng, lời ca - tiếng hát"trang 80-85, trong cuốn "TỪ CÔNG PHỤNG dưới mắt bằng hữu"- 2011.

2 còn những chi tiết nữa được kê khai theo trí nhớ của rất nhiều người trong bài "Bọn sinh viên Việt Cộng giết thầy"của Bạch Diện Thư Sinh, nhưng đều không nằm trong ký ức của cá nhân người viết bài này (https://saigonecho. com/lich-su-vn/khao-cuu/34829-bon-sinh-vien-viet-cong-giet-thay-giet-thay)

Nhưng đến sau tháng Năm 1975, hai đứa tôi bặt tin của nhau trong một trường hỗn loạn sống chết bất ngờ cho cả nước...

Mãi tới giữa năm 1981, tôi được gia đình ông anh ruột ở Houston, Texas bảo lãnh từ trại tỵ nạn sang tái định cư. Cứ trung bình mỗi tuần lễ một vài lần Sĩ từ Nam Cali gọi phôn sang thúc giục, mà tôi thì bận tíu tít vì phải giọn đổi nhà cũng như hằng ngày ra phụ vợ chồng ông anh bán hàng ở một tiệm tạp hóa.

Cuối năm đó, tôi mới thu xếp ổn thỏa và đáp máy bay sang phi trường John Wayne, Quận Cam. Nhìn qua cửa sổ phi cơ, tôi chăm chú kiếm mãi mà chỉ nhác thấy một người xa trông quen quen; hắn đứng trên ban công trống của phi trường ngó xuống, tóc hắn bạc trắng! Rời phi cơ, đi xuống tới gần, tôi mới nhận ra anh chàng ấy chính là Sĩ, bạn thân của tôi, hắn xem ra cũng đang bồn chồn ngóng đón tôi. Hắn lái xe-còn tôi ngồi bên cạnh, hai đứa liên tục nói chuyện linh tinh, chẳng chuyện nào rõ ra chuyện nào cả, bởi cả hai đều tới mở mừng rỡ mà lấn bấn bối rối trong bụng...

Đến nỗi hắn lái trên xa lộ mà ngược hướng, xuống tận Mission Viejo mới phát giác ra là đã lạc đường, phải quay trở lại, về nhà Sĩ ở Long Beach!

Thế rồi cứ lu bu vậy trên bốn mươi năm trôi qua, mặc dù cùng cư ngụ tại miền Nam Cali, nhưng thi thoảng trung bình một vài tháng phải nhân dịp gì đấy hai đứa gặp nhau là tự nhiên bù khú. Ngoài ra chúng tôi đều cùng quay quắt-bươn trải trong hai cuộc sống khác hẳn nhau: Từ việc đổi rời nhà ở tới công ăn việc làm, từ sinh hoạt gia cảnh lẫn giao tiếp hằng ngày, lu bu mỗi đứa một phận...

Cho đến chiều thứ hai, 27 tháng 2- 2023 vừa qua, tôi mới nghe tin Sĩ đã qua đời vào sáng sớm hôm ấy...

*

Tôi gọi phôn sang Atlanta báo tin cho Võ Văn Lượng biết. Hẵng đi trong im lặng, Lượng mới cất giọng ồ ề nói:

- Bây giờ đã có một thằng của nhóm Tứ Tiêu Dao bắt đầu vắng bóng!

Tôi chợt động tâm... rồi ồ ạt một dẫy những liên tưởng xuất hiện trong trí:

Bốn tên sinh viên ban Triết văn khoa sàigòn thủa ấy, trong một tình cờ nào đó, bây giờ chẳng còn nhớ chi tiết thế nào nữa, và vào lúc nào cũng không còn nhớ... nhưng chắc chắn là độ cuối năm 1963, trong một buổi tụ họp vui chơi với nhau, không biết sao bốn đứa lại đã tự nhận là nhóm bạn kết nghĩa với cái tên "Tứ Tiêu Dao"[3]...

Bây giờ, bồi hồi miên man gậm nhấm ký ức, tôi phải gom góp lại để có thể trình bầy một cách lớp lang hơn. Nghĩa là đại khái chúng tôi bốn đứa vốn sẵn đã quá nhiều những khác biệt: Chẳng hạn như gốc gác phát xuất thì một từ Quảng Ngãi, một

---

3 Bốn đứa gồm Bùi Hồng Sĩ - Nguyễn Vạn Hồng - Võ Văn Lượng và Phạm Quốc Bảo. Còn từ ngữ "Tứ Tiêu Dao" vốn phát xuất từ chương "Tiêu Dao Du", tiêu đề của một trong 7 đoạn văn của Nội Thiên thuộc Nam Hoa Kinh, sáng tác của Trang Tử (369—286 TCN): "Tiêu dao du có nghĩa là ngao du, rong chơi tự do tự tại". Những câu chuyện trong "Tiêu dao du vận dụng tối đa nghệ thuật tưởng tượng, hư cấu vào ý thức sáng tác, kết hợp với cơ sở sự thật. "Có thể xem vào chi tiết ở https://trinhdinhlinh. com/sach/nam-hoa-kinh/chuong-01-tieu-dao-du-%E8%8E%8A%E5%AD%90-%E5%8D%97%E8%8F%AF%E7%B6%93/;

Quảng Nam, một Đà Nẵng và một từ ngoài Bắc di cư vào.

Tiếng nói phát âm cũng khác. Gia cảnh lại càng cách biệt hơn nữa.

Nhưng đồng thời, chúng tôi lại hội tụ được những thứ như:

- Tất cả ngày sinh tháng đẻ thực thụ của từng đứa một trong bốn cá nhân chúng tôi đều sai khác hẳn so với những chi tiết đã được ghi rành rành trong giấy Thế Vì Khai Sinh riêng của nhau. Nhưng như vậy có nghĩa là chúng tôi lại cùng bị chi phối bởi hoàn cảnh và thời thế xáo trộn chung như nhau.

- Chúng tôi cùng học ban Triết một thời, đều được hấp thụ một nội dung học vấn của cùng một dàn giáo sư như nhau. Nhưng đồng thời mặt khác, chúng tôi lại suy nghĩ, quan niệm cho đến chí hướng và phản ứng lẫn hành động lại thường khác biệt nhau, khác đến mức có những lãnh vực còn ở thế đối chọi lẫn nhau nữa!

Diễn giải một cách chi tiết hơn nữa, chúng tôi mỗi đứa đều thấm nhuần các yếu chỉ tư tưởng của Lịch sử Triết học tây phương và đông phương. Nghĩa là bên cạnh những huynh hướng triết học thuần lý, chẳng hạn như "Tôi suy tư-vậy tôi hiện hữu"[4]. Những tư tưởng đại loại như thế thường khiến cho người tiếp nhận dễ thiên kiến trong suy nghĩ và sa đà sâu vào giới hạn của những quan niệm không tưởng, để nẩy sinh ra những chủ trương quá khích như Duy Tâm-Duy Vật-Hiện Sinh...

---

4 "je pense donc je suis"(Cogito ergo sum). Trong Wikipedia [https://www. wikipedia. org) dịch là: "Tôi tư duy, vậy thì tôi tồn tại"hoặc "Tôi tư duy, nên tôi tồn tại"hay "Tôi nghi ngờ, nên tôi tư duy, nên tôi tồn tại". Đây là một phát biểu triết học của René Descartes. Triết gia này sinh tại Pháp quốc năm 1596 và mất năm 1650.

Mà cũng có những quan niệm và hành xử bắt nguồn từ nhu cầu phát triển xã hội loài người mà hiện hữu thực thi thành các chủ nghĩa. Chẳng hạn như chủ nghĩa đế quốc: Trong quá khứ lịch sử thế giới, chủ nghĩa này vốn đã có mặt, từ đế quốc La Mã, đế quốc Ba Tư, đế quốc Mông Cổ rồi thêm những đế quốc Tây Ban Nha-Bồ Đào Nha, Anh, Pháp... , và chuyển sang chủ nghĩa Phát xít, chủ nghĩa Cộng sản. Những loại 'đế quốc' nói chung này đã bành trướng rồi suy tàn nếu không được nỗ lực điều chỉnh để biến thái trước sức công phá của hướng tiến bộ chung của loài người.

Nhưng mặt khác, cùng lúc, chúng tôi lại còn hấp thụ được những 'ngụ ngôn' triết lý khác nữa:

- Chẳng hạn nhận thức về những hiện tượng xẩy ra trong vũ trụ-thiên nhiên, như câu "Không ai có thể tắm hai lần trong một dòng sông" do Héraclite tuyên bố (Heraclitus sinh tại Hy Lạp-Grèce- vào khoảng 544 hay 541 và chết độ 480 trước Thiên Chúa); hay những ý niệm về "Thay đổi tự thân-Trao đổi với ai khác-Mọi thứ đều luôn biến đổi"[5]...

- Chẳng hạn những hiểu biết về sự sống năng động của tâm trí con người. Như "Hãy tự biết chính mình" [6]; "Mỗi ngày (ta) một mới hơn lên"[7]. Và nguyên tắc mỗi cá nhân sống phải

---

[5] "Dịch - Giao dịch - Biến dịch ". Ba tầng lớp biến trạng của mọi sự - mọi vật - mọi thời đại- mọi lúc - mọi nơi. . Phải nắm vững được sự thế BIẾN DỊCH ấy, không thể thay đổi gì được, và mệnh danh là Bất dịch! (Kinh Dịch, một trong Ngũ Kinh do Khổng Tử san định.)

[6] "Connais-toi, Toi-même", câu tuyên bố của Socrates, triết gia Hy Lạp sinh vào 470 , mất năm 399 BC (hưởng thọ độ 71 tuổi)

[7] "Nhật tân, nhật nhật tân, hựu nhật tân": "Mgày mới; ngày một mới; lại ngày mới"Ngày mới, mỗi ngày một mới hơn lên.

nghiêm cẩn như "Phải luôn cẩn trọng, ngay cả lúc chỉ có một mình mình", như "Học hỏi và hành động phải đi đôi với nhau" [8], để cuối cùng, mục đích sống luôn đem lại lợi ích cho chính mình và ai khác. Ai khác đây được hiểu là người khác cũng như là vạn vật-vũ trụ...

Từ trái: Bùi Hồng Sĩ (ảnh chụp ở Factory Coffee, Little Sàigon, đầu 2022)

Những triết lý đại loại nêu trên đã tự phát triển trong tâm tư từng đứa trong nhóm bạn kết nghĩa là Tứ Tiêu Dao và thường trực đáp ứng với nguồn năng lực sống động của tuổi trẻ chúng

---

[8] "Quân tử tất thận kỳ độc": Người ta (sống) tất (phải) thận trọng ngay khi ở một mình. [Đại Học] ; Và "Học nhi thời tập chi - bất diệc duyệt hồ": Học hỏi mà có áp dụng (vào thực tế đời sống hằng ngày của chính mình)- thì không gì vui bằng. (Luận Ngữ);

"Đại học chi đạo - tại minh minh đức - tại thân (tân) dân - tại chỉ ư chí thiện...: "Mục đích của sự học rộng cốt làm sáng cái Đức sáng của mình, cốt khiến cho người ta tự đổi mới, cốt khiến cho người ta dừng ở chỗ chí thiện. [trích chương Lễ Ký của sách Đại Học, Tứ Thư do Khổng Tử (sinh năm 551 TCN –mất 11 tháng 4 năm 479 TCN tại Trung Hoa) biên soạn [https://onglaidoky3. com/a369/dai-hoc-chi-dao;)

tôi thời bấy giờ: Là tự do sống như tự do giong chơi giữa muôn vàn tư tưởng-muôn vàn hành động, giữa những trở ngại-thuận lợi của đời sống trong mọi thời đại.

Theo thời gian, theo kinh nghiệm sống, chúng tôi mỗi đứa tự nhiên thấm nhuần những chỉ dạy của người xưa vào cuộc đời của riêng mỗi đứa. Và rồi sống còn được cho đến tận bây giờ, chúng tôi lại càng thấm thía trong ý nghĩa nội dung thực chứng của đời người...

Sáu chục năm đã qua, biết bao nhiêu đổi thay, chúng tôi bốn đứa, Tứ Tiêu Dao, sống tới tám mươi tuổi cả rồi...

Và một tên đã vừa từ bỏ đời này mà ra đi...

Đầu tháng Ba-2023.
điều chỉnh lần 1 vào đầu tháng Tám 2023.

Trần Tuấn Kiệt
mấy nhắc nhớ còn sót lại

Tháng 10 năm 2019, tôi có tới bốn thân hữu của trên dưới sáu mươi năm quen biết, họ đã cùng nhau bỏ ra đi vào cõi vô cùng: Du Tử Lê-Nguyễn Tường Quý-Nguyễn Văn Trung và Trần Tuấn Kiệt. Thời gian ấy, tâm tư xáo trộn, thẫn thờ cả tháng. Chưa bao giờ tôi bị xúc động mạnh đến thế; và dĩ nhiên, chẳng có thể viết ra được một lời nào về họ!

Riêng Trần Tuấn Kiệt thì đặc biệt có khác: Trước đấy và sau này, dù sao tôi cũng đã có dịp đề cập tới ở một vài thời điểm nhân tiện nào đó[1].

Thế thôi. Chứ mấy năm nay, mỗi lần tình cờ có sự kiện gì đấy trực tiếp hay gián tiếp nhắc nhớ đến họ, lòng tôi cứ buồn bã khôn nguôi. Thêm nữa, sống được đến từng tuổi tám mươi này, cá nhân tôi thực sự chẳng muốn tự khêu gợi cho mình những nỗi buồn khó chịu kiểu ấy nữa...

---

[1] Chẳng hạn như - "Pleiku trong thơ Trần Tuấn Kiệt"; 28/03/2013 và - "Lệ Thu, mấy liên tưởng chợt hiện"25/01/2021, trong https://sangtao. org/category/tac-gia/ph%E1%BA%A1m-qu%E1%BB%91c-b%E1%BA%A3o/.

Một tình cờ-lời thơ cuối giòng.

Đã sống tại Hoa Kỳ trên bốn chục năm trời, lại còn hành nghề báo chí, thế mà tôi là cá nhân luôn luôn bị bạn hữu chê là một tên 'quê mùa' nhất về lãnh vực xử dụng những phương tiện truyền thông tiên tiến hiện nay:

- Trên ba chục nay rồi, công việc hằng ngày của tôi là chỉ dùng computer hay laptop để viết bài, nhận và trả lời emails... Và, chỉ thế thôi! Nhóm chuyên viên kỹ thuật ở sở làm có dịp là họ thường gợi ý, sẵn sàng thiết lập cho tôi một website riêng. Về phần cá nhân, nại cớ là sở đã luôn sẵn cả một dàn chuyên viên kỹ thuật giỏi, tôi thấy lười, chẳng muốn biết sâu vào những kỹ thuật máy móc phức tạp làm gì cho mệt! Cũng như cần gì phải thực hiện riêng cho mình thêm thứ gì khác nữa cho bấn bíu. Chả là khi cái máy tính để bàn (desktop) hay chiếc laptop xách tay của tôi chúng có gì trục trặc thì y như rằng tôi chỉ đơn giản là nhờ vả họ tu sửa dùm, một cách 'gọn ơ'!

- Thậm chí đến phương tiện liên lạc bằng điện thoại: Suốt bốn mươi năm tôi chỉ có hai số phôn ở sở và ở nhà. Xong! Đi đâu cần thì dùng điện thoại công cộng, của bạn hữu hay của người đồng hành. Gọn bâng! Nhưng trên hai năm nay, sau khi nghỉ hưu luôn mà chiếc điện thoại nhà lại trục trặc, mấy đứa cháu đứng tên lo dùm cho vợ chồng tôi mỗi người một chiếc điện thoại cầm tay-cellphone. Tôi một mực cũng vẫn chỉ xử dụng những gì thật cần thiết hằng ngày. Như gọi đi-nghe gọi đến và trả lời.

- Vài thập niên nay, khi phương tiện internet áp dụng những khám phá tân tiến của kỹ thuật thì ngành truyền thông phát triển quá nhanh trong bối cảnh toàn cầu hóa. Nhất là biến cố đại dịch Covid-19 xẩy ra đã tạo nên những mặt tiêu cực của xã hội loài người như thảm họa bệnh tật-chết chóc; nhưng mặt khác biến cố này cũng khiến chúng ta nỗ lực vươn lên, tìm đủ phương cách để vượt thoát tai họa. Trong những tiến bộ vượt bực đã thay đổi hẳn sinh hoạt thường ngày của xã hội loài người, như phương cách làm việc tại gia (home office)... , và như mức phát triển của ngành truyền thông xã hội (Social Media). Riêng cá nhân tôi cứ ạch đụi: Ngay cái 'vụ' text, voice mail mà cũng còn loạng quạng sai sót hoài. Huống hồ chi đến những facetime-facebook-twitter-youtube-video... tôi đều mù tịt, chưa bao giờ bị bó buộc phải tự trực tiếp mầy mò xử dụng cả!

Cách đây độ một tháng, như thường lệ, một anh bạn ở vùng đông-bắc Hoa Kỳ gọi sang thăm hỏi (chúng tôi thường đùa, đó là 'thăm bầy'). Rồi vốn đã biết rõ cái thói tật 'quê mùa' riêng về lãnh vực internet của tôi, lan man thế nào anh ta nhắc rằng có bài thơ Trần Tuấn Kiệt gửi cho tôi cách đây cũng phải cả mấy năm rồi, có đăng trên một website thân hữu, đọc chưa? Tôi ngớ ra. Cho chắc ăn, anh ấy liền chụp bài thơ gửi sang, gồm cả địa chỉ website ấy:

https://vanngheboston. wordpress. com/2019/10/14/nha-tho-tran-tuan-kiet/

Tôi xin chép nguyên văn ra đây, như một thể hiện gián tiếp cảm tạ anh bạn kia lẫn các thân hữu văn nghệ chủ trương thực hiện website này.

CỎ BỒNG
(viết tặng Phạm Quốc Bảo và Tuyết Linh)

Cỏ bồng còn mọc bên sông

Yêu em từ độ chưa chồng em ôi!
Đến nay em có chồng rồi
Cỏ bồng còn mọc nước trôi lạnh lùng
Quê hương khói lửa chập chùng
Cỏ hồng vẫn bám bên sông eo xèo
Yêu em năm tháng thêm nhiều
Cỏ bồng mặc ngọn nước triều trôi đi
Bấm tay đầu ngón tay gầy
Cỏ bồng vẫn để tháng ngày nhớ thương.
Gió theo mây phủ bụi đường
Cỏ bồng sóng vỗ đêm trường vì ai!

Trần Tuấn Kiệt (Gởi Tuyết Linh, nhờ chuyển cho Phạm quốc Bảo)

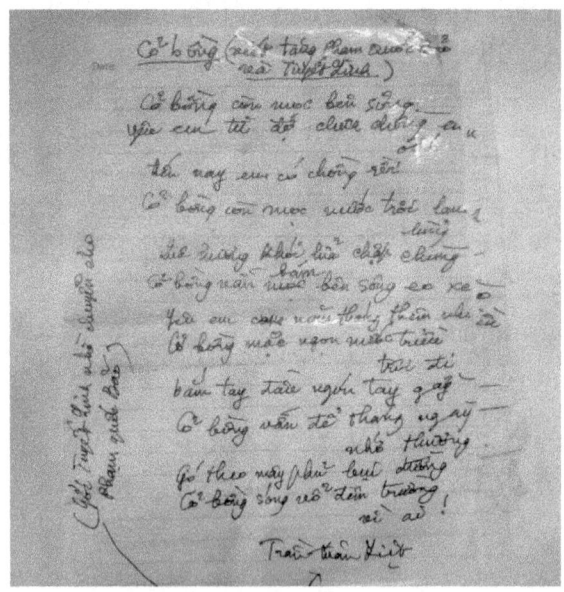

Tôi đọc mà trong lòng cảm thấy vừa buồn vừa tủi thân, man mác một mình nghĩ ngợi mung lung:

- Đầu tiên là trường hợp chị Tuyết Linh nghe nói cư ngụ ở New York, một thân hữu cố cựu chung của Kiệt với tôi, mà cả bốn năm nay không biết sao đã lại bặt tin tức...

- Bài thơ này Kiệt chọn tiêu đề "Cỏ Bồng" [2] mà nội dung bài thơ lại như diễn tả về một loại 'bèo giạt' sống ở dưới sông biển, chứ không bay bổng trên mặt đất, tạo nên một khung cảnh mờ nhạt trong sương... Thêm nữa, bài thơ này xem ra Kiệt viết ở thời điểm ít nhất là trước khi qua đời. Đến khi Kiệt đã mất hút trong cõi đời này cả mấy năm rồi, tôi mới được đọc nó... Và theo cá nhân tôi mường tượng, cảnh bèo xem ra khá phù hợp với thân phận của Kiệt-chị Tuyết Linh và lẫn cả tôi... Mà ưu tiên trước nhất vẫn là cảm nhận của Kiệt: Còn bám trụ ở quê nhà nhưng cuộc đời của Kiệt nửa thế kỷ qua cũng vẫn lây lất, luôn phải sống khắc khoải để rồi cuối cùng, 'tiêu tan'... Thì ra sống ở trong nước hay đâu đó ngoài này đi nữa, thân phận của cả ba chúng tôi xem ra cũng chỉ quay quắt trong tình trạng nổi trôi. Chúng tôi sống vẫn thực đấy, nhưng như sống ở cõi tạm dung.

- Tuy nhiên, cái điều vần vũ trong lòng khiến tôi xúc động nhất là Kiệt cụ thể ở bài thơ này đã xử dụng toàn những từ ngữ thông dụng, đôi chỗ còn điệp tự nữa. Chữ nghĩa của bài thơ làm như cứ trôi lướt đi trong một niềm cảm xúc nhớ bạn, cùng lúc với thương mình, đầy ắp-lan man...

---

[2] Cỏ bồng: cây cỏ lăn, Tumbleweed, một loại cỏ thân nhỏ lquấn quít nhau thành từng bụi mọc ở những bãi hoang (như ở vùng sa mạc Bắc Mỹ). Mùa hè nóng dài hạn chúng bị khô héo đi, đến thu thì thường bong rễ ra và cuộn tròn lăn theo chiều gió thổi.

Nhắc nhớ về thuở đã mất hút.

Đồng thời, giữa tâm trạng ấy, tôi bắt trớn liên tưởng đến cuốn thơ của Kiệt mà cách đây gần bốn năm, anh Thành Tôn[3] đã sao ra tặng lại tôi, như một món quà hiếm quí bất ngờ.

Thành Tôn vốn là một nhà thơ xuất thân từ miền trung, cùng với những Luân Hoán, Trần Dạ Lữ, Thái Tú Hạp, Mường Mán,... đã từng có thơ đăng trong nguyệt san ĐỐI THOẠI (1966-67) do tôi làm chủ nhiệm kiêm chủ bút. Tôi chỉ được biết đến bút danh của họ qua thực tế bằng sự hiện diện thơ của họ.

Bằng đi cho tới mấy năm cuối thế kỷ 20, không nhớ rõ năm nào, anh Thành Tôn cùng gia đình sang Hoa Kỳ định cư, lúc ấy tôi mới được dịp trực tiếp bắt chặt tay-đối diện tận mặt với anh ở những buổi cà phê ngoài quán quen...; trong ấy, đậm đà nhất là tô mì quảng do chị Thành Tôn chuẩn bị mà tôi được thưởng thức tại nhà của anh chị. Sự kiện này đã khiến tôi nhớ da diết tô mì quảng mà tôi được một lần duy nhất trước đây ngấu nghiến ở cái quán ven đường từ Đà Nẵng vào Hội An năm 1964: Mấy con tôm nhỏ luộc-lột vỏ nhưng vẫn còn cái đuôi... và những miếng bánh đa nướng bóp vụn đầy mặt trên cùng của những cọng bún to bản màu vàng...

Rồi cũng trong một buổi cùng nhau bù khú cà phê ngoài quán quen ấy, chẳng nhớ rõ là nhân từ chuyện phiếm nào, anh Thành Tôn hỏi tôi:

---

[3] Cuốn "Một Đời Thấp Tình", Viễn Xứ xuất bản năm 2022,' sách in ra có đề rõ là chỉ 'dành tặng bạn hữu'. Trong cuốn này, 35 tác giả viết về Thành Tôn, đã gọi anh là 'thư viện sống của cả một nền sinh hoạt văn học - nghệ thuật 20 năm Miền Nam Việt Nam".

- Có còn nhớ một bài thơ Trần Tuấn Kiệt đã viết tặng cho anh không?

Ngẩn người ra, tôi nhìn anh mà... ngọng! Anh cười cười, và cũng im luôn.

Mấy tuần sau gặp lại, anh trao cho tôi bản chụp lại tập thơ Lời Gửi Cây Bông Vải của Trần Tuấn Kiệt. Cuốn thơ được cắt xén đóng gói bao bì thật trau chuốt mà chữ nghĩa trong đó còn khá rõ ràng... , chỉ có điều không phải là nguyên bản thôi! Về nhà, mở ra nhâm nhi từ bìa, với hình vẽ của Động Đình Hồ[4] rồi cứ thế lướt đọc vào những trang trong. Nào là Kiệt viết tặng họa sĩ Nghiêu Đề bài "Trong Vùng Gió Bụi "(trang 14), "Lên Núi Nhìn Mây với Hồ Đắc Tâm" (trang 32), "Nằm Ngủ Trên Đồi', tặng Bùi Hồng Sĩ (trang 58), "Tìm Chim", tặng Nguyễn Thùy (trang 59); và cùng trang này, bài "Đối Thoại", Kiệt tặng tôi. Nguyên văn như sau:

---

[4] Động Đình Hồ là bút danh của nhà thơ - nhà văn - họa sĩ Nguyễn Hữu Nhật (1942-2014). Tôi còn nhớ là độ năm 1967, anh mang lon thiếu úy phục vụ khối CTCT tiểu khu Gia Định... Đến đầu thập niên 1990, anh tái định cư cùng gia đình tại Na Uy và mất ở đấy.

Đối thoại

tặng Phạm Quốc Bảo

Một ngồi dưới bóng cây xanh
Nhớ thương trăng hiện lên nhành xương khô
Đau thương sầu đổ rừng thu
Dặm về dông gió sương mù hai vai
Ngọn đèn mái tóc rừng thôi
Chưa bao giờ hiện trong đời hoang vu.

(trang 50, tập Lời Gửi Cây Bông Vải, thơ Trần Tuấn Kiệt, Quán Thơ xuất bản 1969)

Năm bài thơ Kiệt viết tên những thân hữu ấy-và đã cho in trong tập thơ này, thuở xưa trên nửa thế kỷ, hiện vẫn còn lưu lại đây... Thế mà trong đấy, bốn thân hữu đã lần lượt ra người thiên cổ-cùng với chính tác giả, là năm! Hiện nay còn lại chỉ có mỗi một mình tôi...

Tài hoa đã chín từ đời sống.

Cho đến bây giờ, ngồi một mình ngoài hiên vắng, vọng nhớ về bạn mình, tôi gợi lại ký ức những mẩu nhỏ lãng đãng do Trần Tuấn Kiệt đã thỉnh thoảng tâm sự kể lại cuộc đời của anh cho nghe. Những mẩu đời ấy chìm lắng đi lâu rồi, cũng đến cả trên dưới sáu chục năm nay; bây giờ tự nhiên trong bồi hồi, tôi hồi tưởng:

- Nếu ký ức của tôi vẫn chưa đến nỗi nhập nhằng, Kiệt sinh năm 1939 ở Sa Đéc, bút hiệu đầu tiên của anh là Sa Giang - Trần Tuấn Kiệt. Hồi nhỏ đã hoang đàng với bọn trẻ chăn trâu dưới quê, học chưa hết những năm tiểu học. Mười mấy tuổi trốn nhà lên Sàigòn, lang thang kiếm sống, từ đánh giầy sang bán báo, rồi duyên may tình cờ được gặp nhà văn Lê Văn Trương lúc cuối đời và được ông nhận làm con dưỡng tử, được cho đi học đến lớp đệ Lục (tức lớp 6 bây giờ). 17 tuổi đã có thơ được chọn đăng trong tạp chí Văn Hóa Ngày Nay của Nhất Linh, rồi được vào làm thành viên của Thi Văn Đoàn Bạch Nga, viết cho tờ Dân Ta và bán nguyệt san Phổ Thông của Nguyễn Vỹ[5].

- Cuối thập niên 1950 hay đầu thập niên 1960 gì đó, Kiệt gặp được một thiếu nữ quê từ vùng cửa Thuận An phiêu bạt vào Sài Gòn kiếm sống. Hai đứa đã đến một ngôi miếu hoang ở vệ đường cùng vái lạy để nên vợ chồng. Chọn ngôi nhà tôn vách mành mành trong một ngõ hẻm từ đường Phan Đình Phùng dẫn vào làm nơi xây dựng tổ ấm. Nhưng đứa con trai đầu lòng sớm yểu mệnh, Kiệt đã viết một mạch tập thơ "Triều Miên Ngâm Khúc", để sau đó được thêm hai đứa con gái là Nhiên và Lùn, rồi lại có một đứa con trai với phụ nữ khác (tôi không nhớ tên) vào vài năm trước Tháng Tư 75.

- Những năm cuối thập niên 1960, tôi đi dạy ở mấy trường trung học tư thục mà chính là Nguyễn Bá Tòng. Nhà của tôi vẫn ở trên đường Võ Di Nguy gần ngã ba Nguyễn Huệ mãi tận vùng Phú Nhuận ngoại thành Sài Gòn, miết từ 1955, lúc mới từ Hànội di cư vào Nam. Đi dạy học rồi, túi rủng rỉnh mà lại còn độc thân, tôi chung với hai anh bạn giáo sư khác thuê một căn phòng trên lầu hai trong khu Passage d' Eden-nhà sách Xuân Thu; nhưng hai anh bạn này cùng mê chơi mà chược-xì

---

[5] Nguyễn Vỹ (1912 – 1971), nhà văn-nhà thơ-nhà báo. Bộ truyện được nhắc nhở đến nhiều nhất là "Tuấn, chàng trai nước Việt" I & II, nhà xuất bản Triêu Dương, Sàigòn, 1970.

phé, căn phòng thuê chung ấy thường xuyên ồn ào, nên tôi gần như ăn dầm nằm dề tại nhà Kiệt và bù khú liên miên với nhóm bạn văn nghệ. Nhớ có lần ăn nhậu ở nhà hàng Kim Sơn, hết tiền thì may lại gặp ngay ông Nguyễn Hùng Trương[6] chủ nhà sách Khai Trí cũng đang tiếp khách ở bàn kế gần đấy. Hoàng Trúc Ly, rồi cả Trần Tuấn Kiệt, bước sang điều đình bằng cách hứa với ông Trương là sẽ trao bản thảo cuốn sách sắp viết, nhưng hiện thì nếu có thể cần ông ứng trước ngay để có tiền thanh toán bữa tiệc đang dở dang bên bàn gần đấy!

- Lại một lần khác tình cờ xáp lại nhau, mà chẳng tên nào còn tiền trong túi, Trần Tuấn Kiệt nổi hứng chủ động rủ cả đám, những Hoàng Trúc Ly-Động Đình Hồ... và tôi, cùng đến quán cóc trước sân vận động Phan Đình Phùng ngồi uống cà phê. Còn Kiệt bước sang đường vào tòa soạn Bách Khoa. Độ chưa đầy nửa giờ sau, Kiệt đi ra nghiễm nhiên thanh toán tiền cà phê. Hỏi ra mới biết Kiệt vào đấy, ngồi xuống là viết liền ra bài thơ, với yêu cầu nếu chịu đăng thì chi nhuận bút tức thời. Anh Lê Ngộ Châu cứ ngớ người ra... Kiệt chỉ ra cho anh ấy thấy là đang có mấy tên 'ngồi đồng' chờ ở quán cóc bên kia đường!

Viết đến đây, tôi chợt nhớ một cặp lục bát của Trần Tuấn Kiệt:

"Xưa kia ta bước lên đường
gió chiều bay áo-ánh dương thâu mờ".

Và đồng thời, bất giác tôi thấy rằng mình kể lể dài dòng như trên xem ra cũng đã đủ rườm rà rồi. Bây giờ hãy để cho chính

---

[6] Ông chủ nhà sách Khai Trí nổi tiếng cưng chiều giới viết sách. Ông sẵn sàng ứng trước, gọi là tiền đặt cọc, khi cần. Trên lầu nhà sách của ông luôn chứa đầy những bản thảo đã thanh toán rồi nhưng chưa kịp in thành sách!

Kiệt tâm sự bằng bài thơ vừa mới nẩy ra trong ký ức của tôi:
"*Một mai ta đến bên thành*
cỏ cây cũng nhớ thương mình ra hoa
vầng trăng-bến ngựa-giang hà
bia thành vách mộ-lòng ta chợt buồn"

Tháng Chín 2023.

Ông KHAI TRÍ:
Cả đời cho sách-báo in

Ông Khai Trí (1926 - 2005) ngồi trên giường đầy sách.
(Nguồn hình: https://thangmocali. com/ong-nguyen-hung-truong-va-nha-sach-khai-tri/hình)

Chả là hôm nọ tình cờ xem được bài viết " Ông Khai Trí của 'Sài Gòn, một thời vang bóng'" do Trịnh Thanh Thủy viết đăng trên Tạp Chí Da Màu-Văn chương không biên giới, trong ấy có những đoạn khiến tôi đặc biệt chú ý đọc kỹ: Thứ nhất, tác giả cho biết là *"những thông tin về ông Khai Trí trong bài này hoàn toàn là do anh Nguyễn Hùng Tâm (con trai thứ của ông Khai Trí Nguyễn Hùng Trương) trực tiếp kể. Người viết chỉ ghi lại*". Câu này kích thích tôi tò mò muốn tìm hiểu.

Suốt đời gắn bó với sách- báo in:

Thứ hai, ông Nguyễn Hùng Tâm cho biết: "*Lúc đương thời, ông cụ luôn có chí hướng muốn tiến lên mãi và muốn làm cái gì đó cho thế hệ mai sau . Quan trọng nhất là thế hệ thiếu nhi nên cụ bỏ ra rất nhiều thì giờ vào thế hệ này. Cụ đã để một gian hàng sách thiếu nhi cho những đứa trẻ vào đọc mà không cần phải mua. Khi cụ thấy các em đứng đọc trông thật tội nghiệp, cụ cho lập một hàng ghế để các em ngồi đọc thoải mái từ sáng tới chiều. Những em nào không có tiền mua sách, có thể đến gặp cụ, cụ viết cho một tấm thiếp có tên cụ, giống như một tấm chi phiếu. Lúc nào cần sách cứ tới gặp nhân viên, họ sẽ đưa sách đem về nhà mà không cần phải trả tiền. Trên con đường tiến xa hơn nữa, nguyên thủy nhà sách Khai Trí có hai căn, cụ đã mua thêm hai căn sát bên với mục đích nối liền bốn căn với nhau để có diện tích rộng gấp hai nhà sách cũ. Với dự án xây lầu cao hơn, cụ dành một tầng cho sách tiếng Việt, một tầng cho sách ngoại quốc và một tầng cho sách thiếu nhi. Ước vọng của ông cụ không chỉ có thế, cụ còn có chương trình thành lập bộ sách 'Encyclopedia' cho Việt Nam. Cụ thấy các quốc gia khác có, tại sao Việt Nam chưa có. Cụ đang chuẩn bị để thành lập với những người cộng tác, họ sẽ được cụ trả lương ngồi viết cho đến khi bộ sách hoàn tất. Tuy nhiên những ước mơ của cụ đã bị ngưng vào năm 1975.*"

Nhân cách của người trí thức trước thời cuộc:

Thứ ba, vẫn theo lời của người con trai ông Khai Trí kể: "*Vào những giờ phút bất lực cùng cực, ông vẫn chưa chịu thua, vẫn tiếp tục tự mình soạn ra những cuốn sách để lại cho hậu thế. Đó là cuốn Thơ tình Việt Nam và thế giới. Ông tập trung những lá thư tình của Việt Nam và thế giới, Bắc, Trung, Nam về để soạn thảo. Ông muốn* nói lên một điều là thơ tình hay tình yêu không phân biệt quốc gia hay cộng sản. Ông đã yêu cầu được in và xuất bản tại Sài Gòn. Buổi ra mắt sách được tổ chức tại Thư Viện Quốc Gia Việt Nam tại Sài Gòn vào dịp kỷ niệm 300 năm thành lập Sài Gòn. Trong ngày ra mắt sách, ông đã yêu cầu không có chào cờ cộng sản và những người lên lãnh giải cho cuốn sách ấy là những người đã từng ngồi tù trong trại cải tạo. Mục đích ông muốn cho họ thấy, là họ làm việc có chính nghĩa và trong đất cộng sản họ vẫn được quyền lãnh quyển sách được trao giải đó. Đây là việc làm đáng giá và đáng ghi nhớ ở Việt Nam, tại một quốc gia cộng sản không có tự do mà ông cụ vẫn làm, mà làm được. Đằng sau cuốn sách có ghi tên ông, chủ nhà sách Khai Trí soạn và xuất bản."

Và: "Ngoài ra còn một việc làm thứ hai mà ông đã làm được ở Việt Nam là đi đòi tiền bản quyền cho một số tác giả viết trước 1975, mặc dù các tác giả đã xuất ngoại, nhưng ông vẫn đòi được. Ông đã gởi tiền đòi được qua cho tôi ở hải ngoại và tôi cầm tiền trao lại cho các tác giả ấy."

Thấp thoáng bóng ông KHAI TRÍ ở vài bài viết.

Những đoạn văn kể trên đã khiến tôi liên tưởng mà nhớ lại là trong vài bài viết trước đây, cá nhân tôi đã có những đoạn đề cập đến ông Khai Trí.

Chẳng hạn như trong bài "Lệ Thu, mấy liên tưởng chợt hiện" (thứ ba, 19 / 1 / 2021) có đoạn tôi đã viết: "... thời kỳ ấy có lần tôi cùng Trần Tuấn Kiệt tạt qua tiệm sách Khai Trí trên đường Lê Lợi, gặp Hoàng Trúc Ly đang đến "nộp bản" truyện thiếu nhi như đã hứa trước và được ông Nguyễn Hùng Trương chi cho một ít gọi là "đặt cọc". Hoàng Trúc Ly liền rủ hai đứa chúng tôi sang Thanh Thế ăn trưa rồi đi nhậu luôn"

Hay ở bài 'Trần Tuấn Kiệt – Mấy nhắc nhớ còn sót lại' (9/2023), cũng có đoạn tôi đã viết: "Những năm cuối thập niên 1960, tôi đi dạy ở mấy trường trung học tư thục mà chính là Nguyễn Bá Tòng. Nhà của tôi vẫn ở trên đường Võ Di Nguy gần ngã ba Nguyễn Huệ mãi tận vùng Phú Nhuận ngoại thành Sài Gòn, miết từ 1955, từ lúc mới cùng gia đình từ Hànội di cư vào Nam. Đi dạy học rồi, túi rủng rỉnh mà lại còn độc thân, tôi chung với hai anh bạn giáo sư khác cùng thuê một căn phòng trọ trên lầu hai trong khu Passage d'Eden-Nhà sách Xuân Thu; nhưng hai anh bạn này cùng mê chơi mà chược-xì phé, nên căn phòng thuê chung ấy thường xuyên ồn ào; còn riêng tôi gần như ăn dầm nằm dề tại nhà Kiệt và bù khú liên miên với nhóm bạn văn nghệ. Nhớ có lần ăn nhậu ở nhà hàng Kim Sơn, hết tiền thì may lại gặp ngay ông Nguyễn Hùng Trương (. .), chủ nhà sách Khai Trí, cũng đang tiếp khách ở bàn kế gần đấy. Hoàng Trúc Ly, rồi cả Trần Tuấn Kiệt, bước sang điều đình bằng cách hứa với ông Trương là sẽ trao bản thảo cuốn sách sắp viết, nhưng hiện giờ đang cần nên để nghị ông ứng trước ngay để có tiền thanh toán bữa tiệc còn dở dang ở bàn gần đấy!"

Nhà sách Khai Trí, những thập niên 1950-60.

Nói chung ra, những cô cậu học sinh-sinh viên thời 2 thập niên 50-60 của thế kỷ 20 trước đây, hầu hết chúng tôi chẳng người nào mà không ít nhất là mỗi tuần một lần la cà ở những tiệm sách dọc đường Lê Lợi sàigòn thuở ấy. . Đến nay cá nhân tôi chỉ còn nhớ được loáng thoáng những nhà sách Tự Lực hay Tinh Hoa… ; tuy nhiên chắc chắn in sâu trong tiềm thức phải là Xuân Thu và nhất tiệm Khai Trí thì rõ rệt là không thể quên được rồi.

Chúng tôi thường nán lại ở những tiệm sách vừa kể trên này

ít nhất cũng phải trên vài tiếng đồng hồ mỗi lần, nhưng thật sự để mua sách báo thì ít khi mà xem và đọc ké (thời ấy gọi là đọc cọp) là đa phần. Lý do dễ hiểu, chúng tôi ở lớp tuổi học sinh-sinh viên thuở ấy rất ít tên có rủng rỉnh tiền bạc trong túi khi!

Chúng tôi thường ngắm nghía nhâm nhi thưởng ngoạn cho đã con mắt, và rồi đọng lại sâu vào trí não mình, những tấm tranh in từ bên Pháp gửi sang: Những bức họa nổi danh của Picasso, Renoir, Van Gogh, Gauguin,... nhất là tranh của Toulouse-Lautrec (1864-1901) độc đáo vẽ những vũ nữ ở vũ trường Moulin Rouge, hay Bernard Buffet (1928 -1999) vẽ phong cảnh Paris buồn hiu với những cành cây khẳng khiu-trơ trụi lá... Tất cả cũng chỉ để mà mơ mộng chính mình được tha thẩn trên những con phố 'huyền thoại' ấy...

Chúng tôi thường hằng giờ đứng 'đọc cọp' các tạp chí văn học Việt như Sáng Tạo, Thế kỷ Hai Mươi, Nghệ Thuật, Văn Học, Văn... Ghiền nhất là sách loại Livre de Poche (được in khổ nhỏ, vừa vặn bỏ vào túi) của nhà xuất bản thuộc Éditions Gallimard : Đến bây giờ tôi chỉ nhớ lỏng bỏng được những La Porte étroite của André Gide (mà Bùi Giáng dịch với cái tựa hay một cách tài tình: Khung Cửa Hẹp), Les Mains sales của Jean-Paul Sartre, L' étranger hay Les Noces của Albert Camus ... sang tới thơ lãng mạn của Lord Byron và Moby-Dick của Herman Melville hay Leaves of Grass của Walt Whitman...

Anh KHAI TRÍ, tiếng gọi giản dị mà độc đáo.

Thế rồi sang tái định cư ở hải ngoại, cách đây cũng phải trên dưới ba chục năm trước, tại Quận Cam-Nam Cali này, nhóm văn nghệ chúng tôi hằng tuần thường hú nhau họp mặt.

Không tại nhà anh Nhật Tiến-chị Phương Khanh, lúc ấy ở Santa Ana, thì cũng lại bù khú tại nhà của Nguyễn Mộng Giác ở Westminster (góc Magnolia gần Hazard rẽ phải vào) Trong những lần trao đổi chuyện vãn, nhắc tới thời trước Bảy Lăm, anh chị Nhật Tiến bao giờ cũng nói rằng tờ tuần báo Thiếu Nhi cũng như quí san Sử Địa mà thực hiện được là do anh Khai Trí bảo trợ. "Anh Khai Trí", sao cái tên gọi ấy bao giờ cũng được gióng lên một cách thân thiết giữa chúng tôi với nhau, làm như thế đấy là một danh từ kép đặc biệt chỉ dành riêng cho nhân vật có tên thật là Nguyễn Hùng Trương.

Nhưng cho đến bây giờ tôi mới thấy được cái cảm nhận của mình nó thấm thía và sâu xa từ cái tên gọi ấy. Không phải chỉ vì lý do là những nhân vật vừa được nhắc đến ở trên đều đã cách xa tất cả chúng ta rồi. Mà hiện nay mỗi lúc một hiển hiện trong sinh hoạt của đời sống ở xã hội này cho chúng ta nghiệm ra rằng cả cái thời sách-báo in ấn-phát hành ấy cũng đang chìm dần vào quá khứ. Nghĩa là cuộc sống của chúng ta ở đây hay ở bất cứ nơi nào trên thế giới, cũng đang nhanh chóng bị xâm lấn bởi hệ thống sách báo mạng, tự nhiên khiến biến mất dần đi cái thời đại của sách báo giấy-in ấy. Nói một cách chính xác hơn, nền văn hóa sách-báo mạng, của thế giới gồm những youtube-Facebook-Websites... hiện nay hằng ngày tạo nên một tập tục-thói quen khác biệt hẳn nếp cũ và đang dần dần thay thế nền văn hóa sách báo giấy-in...

Cũng như trước đây thì cũng chính cái văn hóa sách-báo in ấn đã đẩy lùi nền văn hóa viết chữ bằng tay vào quá khứ vậy...

Và bỗng tôi nhận diện rõ ra một sự thật: Ông KHAI TRÍ đã nghiễm nhiên trở thành nhật vật tiêu biểu của thời đại sách-báo cầm trên tay mà đọc đang khuất dần vào lịch sử văn hóa chữ in của nửa cuối thế kỷ 20 tại Sài Gòn xưa.

08/01/2024.

Nhật Ký Thơ

Chào năm mới

Đông 21 mưa luôn hai tuần lễ
đuổi hạn khô về quá khứ mịt mùng
đầu năm mới trời nắng đẹp tưng bừng. .
Tự hỏi: đại dịch đang dần lui bước...

Ta trên đường được tám mươi phía trước
trăn trở cuộc đời lên xuống bao phen
thêm thương thân ta sống phải bon chen
may chưa vướng bận bùn lầy nước đọng.
Để khi ra đi vẫn luôn trong thanh thản
như ánh sao vụt sáng giữa bầu trời
nhưng lưu lại tâm người còn tiếp nối
Khiến nhân gian cứ bừng dậy tấn tới
trên con đường còn rực ánh tươi nguyên
của loài người trăn trở kiếp con tằm
dệt thành những mảnh tơ đời óng ả

cho vũ trụ tiêu tan rồi giãn nở
cho đến vô cùng vô tận xưa sau...

11:00 am; thứ 7 01/01/22.

Đợi năm Nhâm Dần

Giữa đông đại dịch vẫn ngang nhiên
mưa dầm nắng gắt đổi liên miên
gió buốt sương mù giăng mờ lối
khiến thân xác này mê muội thêm.

Sáng ra uể oải không buồn thức
ngồi dậy đảo chao bực cả mình
thế rồi cũng lấy cà phê uống
ngụm đầu ngắc ngứ miệng đắng tanh.

Cử vài động tác khởi toàn thân
cảm giác chân tay ấm lại dần
và hơi hít thở thông trở lại
mới nghiệm không gian nhẹ ánh nhìn.

Một giờ thể dục cố vượt qua
cả người vực tỉnh khỏi ta bà. .
chợt thấy đầu hiên giò lan cũ
mấy chồi chúm chím chớm ra hoa.

09:30 am thứ năm 01/13/22.

Gẫm

Vào thu sao quá bàng hoàng
nắng sôi - bão lụt xếp hàng nối nhau
đông - bắc, nam - trung nát nhàu
cháy rừng tây ngạn rực sâu ngút ngàn
thêm đại dịch nổi tràn lan
tâm tư biến động, sống còn bấp bênh

Riêng ta tám chục tuổi nền(*)
ba năm bạn hữu cứ rền bỏ đi. .
trời người xáo trộn lâm ly
sống mà lãng đãng lấy gì lành an. .
Mai kia mốt nọ cũng gần
nghiệm xem nhân sự xoay vần ra sao...

Nhưng suy từ trước đến sau
những phen hưng thịnh biết bao đổi rời:
Thời nay tranh cướp tơi bời
còn ai gắng sức đắp bồi nhân gian
Rồi ra thế sự kinh luân
con người gian ác lần khân quá nhiều
Phải thêm bền chí bao nhiêu
đớn đau từng trải quyết liều mới xong...

Vận trời cứ tự nhiên không
Vận người bươn trải vượt vòng tử sinh.

(*) *Nhớ Trần Vấn Lệ.*
12:30- 15:30 pm, T2 Sept 20/21.

Gửi bạn

" *Nếu tôi nhớ không lầm*
Mấy năm cuối Sáu Mươi
Ngã tư Phan Đình Phùng
với lại đường Cao Thắng
có Hòa Mã bánh mì
cùng nhà hàng Quê Hương...
Mình bù khú với nhau
thuở thanh tân phơi phới...

Đến nay đã xa mãi
trên nửa thế kỷ rồi...

Gần tám mươi tuổi đời
bao nhiêu bạn xa rời
về cái miền miên viễn
đợi chờ ta sắp tới...

Vậy bây giờ thảnh thơi
gặp được nhau là quý
hân hạnh giữa đời người...

Cứ thế nhé,
bạn ơi. "

10:00 thứ Ba May 04/ 2021

Thân ái

"Có chăng một cõi vô thường.
Một vầng tóc trắng đường trường rụng rơi..."
*Lê Đình Thông
"Tóc ta hòa với tơ trời
gửi lời thân ái đến người bạn xưa"

(trích Email: Fri, Jan 19 / 2024, at 11:43 AM;)

Khen bạn

"Chín mươi tuổi trở về nương chốn cũ
Vợ lẫn chồng thanh thản cứ như không
vướng bận gì với ngổn ngang quá khứ
giữa cảnh đời bằn bặt chẳng âm xưa...
Thế thì bạn không những hơn Từ Thứ[1],
hiếm ai có thể 'cải lão hoàn đồng'[2]:
Sống như cây cỏ dù thiên nhiên biến cải
Chỉ một mình Trần Thiện Hiệp - không hai!
Vậy nha?"

14:00 Thứ Tư Jan. 31/ 2024

---

[1] tích "Từ Thứ qui Tào" trích trong TAM QUỐC CHÍ.

[2] "cải lão hoàn đồng": già rồi mà sống hồn nhiên như con nít.

Ngẫm rằng:

" Một tâm kia mới bằng ba trí - tài"[1]

Suốt dải đất nước bên bờ Biển Đông
một dân tộc sống trầy trật can trường
những ngàn năm biến động tan lẫn hợp
rồi bung ra thế giới đủ riêng - chung

Sống là thay đổi - biến thái không ngừng
Chỉ an nhiên tiến - thoái mới sống còn
Thi thố chí bền - gan mình phải lớn
cùng người đồng tiến giữa chốn nhân quần.

---

[1] lẩy Kiều từ câu "Chữ tâm kia mới bằng ba chữ tài" câu 3252 trong Truyện Thúy Kiều (Đoạn Trường Tân Thanh) của Nguyễn Du, do Bùi Kỷ và Trần Trọng Kim hiệu khảo. ; hay "Chữ TÂM kia quý bằng ba chữ TÀI" (câu thứ 3256, trang 233, Truyện Kiều, Chữ Nôm và Khảo dị, Nguyễn Bá Triệu biên soạn in vài năm 2000 tại Ontario-Canada)
 (tháng 2/ 2024)

6 tháng Giêng

Sau một năm trời ngày sáu tháng giêng
đã nhận ra rằng đây lần đầu tiên
đất này trên hai thế kỷ rưỡi liền
mới có bạo loạn ép buộc Quốc hội
đảo ngược đi kết quả bầu cử nền.

Hiệp Chủng Quốc có dân chủ truyền thống
xưa nay vốn được thiên hạ soi chung
nay bỗng bị du vào thế tận cùng
phải điều chỉnh hay biến thành ảo tưởng. .

Rất may là cư dân đây thực dụng
đã từng cùng nhau thoát hiểm bao phen:
Cứ đến đường cùng lại cố vươn lên
biến đổi tối đen trở nên tươi sáng.

Quá trình ấy đủ ước mong hào hứng
nước Hoa Kỳ rồi sẽ vượt được chăng
ngõ bí hiện đang quá mức bấp bênh
để sống còn - hay... tan vào quên lãng?

Vũ trụ này cứ tiêu tan - triển nở
vạn vật trường tồn bản năng vốn có
riêng con người vượt tiến bộ hẳn lên
văn hóa - văn minh căn bản làm nền
cho đời sống bao trùm lên vạn vật

Thế mà cũng có khi trật phương hướng
biến thăng hoa thành thui chột tinh hoa
lợi dụng ngu đần để thỏa mãn yêu ma
dìm nhân thế vào bước đường tận diệt. .

Nhưng cũng nhờ vậy mới thêm kiên quyết
Có như thế mới thúc người tiến bước.

Hãy kiên nhẫn mở toang trời hiểu biết
khiến bọn dối trá cạn kiệt mưu mô
cho mọi người gạn lọc hết mê mờ
dìu nhau vươn đến bến bờ tiến hóa.

17:00 thứ Năm 06/01/2022.

Sống đời

Lâu rồi, cả năm nay, bây giờ mới đọc được bài thơ hay của Phùng Minh Tiến, khiến tôi thấy như được gặp mặt lại bạn ta. Cảm ơn bạn Lan Đàm. Tiện đây, tôi 'quấy quá' vài câu, làm duyên với các bạn:

"Đã có sinh là sẽ phải có tử
sống một đời cứ trăn trở đắn đo
khiến con người luôn xoay trở quay quắt
tự hỏi hoài, chả câu nào đáp xuôi:

"Sinh tôi ra, sao chẳng hỏi gì trước?
bắt tôi vào đời đầy bất ưng như
trên đường lạ, tôi chỉ là lữ khách
suốt đời người chỉ sống giả tạm thôi?

Nên tôi thấy có hay không cũng vậy
cuối đời rồi cũng vào chốn hư vô
từ thanh xuân đến già yếu bây giờ
đều lạnh tanh trôi vào vùng vũng tối!"

"Chi bằng sống thời nào trọn thời ấy
với hết lòng hết dạ của sức người
rồi khi xuôi tay tha hồ bay nhảy
thênh thang vào chốn sáng rỡ an nhiên"

18:52 chủ nhật, 28/03/2021.

Trả lời qua Email

Ông bạn ơi
Tôi nay cũng đến tám mươi
Luân lạc bao phen tới độ
nơi đây đã trở thành nhà mất rồi

Thân hữu thì mấy năm nay
cứ vắng dần đi gần hết
Tri kỷ bây giờ xem ra. .
chỉ còn là kỷ niệm thôi.

15:45 Thứ Ba 25/10/2022.

Sống

*"Hít vào rồi lại thở ra
tâm cứ nhiên lặng - chẳng ta với người
miệng tươi như tự mỉm cười.
Sống êm ả vậy - khơi khơi - tà tà. .*

*Hít vào, nín chút, thở ra
tâm tư ta cứ an hòa tự nhiên
miệng này hé nở đóa sen:
Sống mà như vậy, chẳng phiền bận ai."*

(14:00 thứ năm, March 18/ 2021)

Tạ Ơn

Chỉ khi có cơ hội
được sống trong trần gian
mới biết đến biện biệt
thật và rồi không thật

Thật - Không Thật, hai mặt
của cuộc sống chúng ta:
Nếu trẻ ta sống thật
đến già mới ngộ ra

Sống thật thì mới thấy
trần gian thật - không thật
nghĩa là trần gian này
cả thật lẫn không thật.

Ta sống là sống thật
ở đâu ta cũng được
hạnh phúc sống một đời
(trần gian hay nơi khác)
cũng chỉ sống mà thôi

Hãy yêu lấy đời sống
khi đang sống ở đây
đừng mơ tưởng gì khác
ở cõi nào tương lai

Có thật hay không thật
thì đã sống ở đời.
Hãy sống sao cho trọn
đời bạn lẫn đời tôi

Hãy yêu và cảm tạ
hạnh phúc lẫn khổ đau
để thăng hoa cuộc sống
của bạn và của tôi.

15:00 thứ sáu Dec 18/ 2020.

Đón TẾT Tân Sửu

Gửi các bạn CVA/61

"Bạn học ngày xưa đã cùng nhau
trầy trật mà còn sống tới nay
học chung vài tháng rồi xa miết. .
Bây giờ ngoái lại vẫn còn nhau!

Sáu chục năm trời phiêu bạt mãi
nay vào đúng lúc tiết đầu xuân
mong sao dịch bệnh tan như khói
chúng ta khai bút tiễn đông phai. "

12:01pm Thứ Sáu 05 tháng Hai / 2021

Cảm thán

"Ngày này năm xưa
đại họa xẩy ra
cả Miền Nam mất
trời xụp can qua

Cùng bao nhiêu người
ngụp lặn vũng lầy
khổ ải lưu đầy
cứ mà từng trải...

Ngày nay nhớ lại
Bốn sáu năm rồi. .
Bẩy tám tuổi đời
cứ thế chơi vơi..."

11:00 am Thứ bẩy 10/04/21

Vào thu

Vào thu lá nhuốm đổi màu
sắc xanh vàng đỏ làm chao lòng người...
Thế mà nắng vẫn nực ơi:
Hạ còn bịn rịn chưa rời gót chân?

(Sun, Sept 25-2022 at 08:58 PM)

Tự nhủ 1

Hiện trạng Kabul*
đang hỗn loạn rồi
Người ta đến giúp,
rồi cũng di rời
Dân chúng loay hoay
trong cái hũ nút!
Cả xứ Afgha
bão lửa sục sôi.
Chứng kiến cảnh tượng
tang thương xứ người
khiến ai trạnh lòng
nhớ lại khúc nhôi
Sàigòn hỗn loạn

46 năm trước
một giấc kinh hoàng. .
nay đã xa xôi...
Biết bao đổi thay
Ta vẫn còn đây...
Hãy níu lấy chút
tình người đã vơi
cho hy vọng đầy
trong cuộc sống này.

14:41pm, Monday 16/08/21
* *Kabul: Thủ đô của quốc gia Afghanistan, một xứ hồi giáo thuộc vùng Trung Á.*

Tự nhủ 2

Từ trên ba chục năm nay
mạng Internet nẩy trồi lan nhanh
thì trong xã hội hiện dần
cả sinh tồn lẫn diệt vong song hành
mỗi ngày mâu thuẫn giựt giành
độc tài - dân chủ thêm kình chống nhau

Bất an thử thách đối đầu
những nền văn hóa sắc màu chói chan
so kè - cọ sát - thù hằn
hại nhau để chiếm được hàng tiên tranh
bất kể thủ đoạn gian manh
không màng đến cả dân lành nhiễu nhương.

Dân gian đau xót mà than:
Bao giờ mới nẩy tâm chan hòa đời
để cho lịch sử loài người
vận hành tiến triển đến nơi sinh tồn
trong lòng vũ trụ càn khôn
cho vạn vật nối suối nguồn nhân gian?

15:08 pm. 17/08/21

Xuân - đợi bạn

"Sáng nay thật sự xuân về tới
Nắng ấm vàng tươi trước hiên nhà
Đào ửng ra hoa bên lá nõn
Ngóng đợi bạn hiền đến cùng ta."

20:57 Saturday March 20/ 2021.

Đón Xuân

*"Họp mặt Giáp Thìn đón xuân sang
tại nhà thầy BÍCH thật rộn ràng:
Hai mươi hai bạn - già lẫn trẻ
nói cười liên tục như pháo ran"*

(trích Email : Mar 11, 2024, 9:24 PM)

Ngỏ lời với TVLệ

1
"Trên tám mươi rồi anh LỆ ơi
thế mà anh vẫn mộng không nguôi
Mộng cho chất sống tươi vui mãi
để luôn lãng mạn đến trót đời
Thơ anh ràn rụa những âm xưa
những ngày tháng cũ chẳng phải chờ
cứ hiện diện hoài trong tâm tưởng
từng giây từng phút chẳng cần mơ."

(trích Email: Mon, Jan 29,2024 at 2:55 PM)

2
" Lãng mạn bay lượn mãi trong thơ
bay lượn mãi hoài - sống như mơ
vốn cứ như vậy- từ trong nước
cho đến tận nay- chẳng nhạt mờ
Riêng tôi đã 'nghiện' thơ của bạn
ở đời cứ thế - cứ miên man. .
vài ngày mà vắng tâm tình ấy
tôi bị hụt hơi . . đến lệ tràn…"

(trích Email: Thu, Feb 8,2024 at 1:16 PM)

Khai bút 2024

Tết đã đến - rồng bay lên[1]
Cùng bao thân hữu an nhiên giữa người.

(*On Saturday, February 10, 2024 at 11:30:17 AM PST*)

---

[1] Tết Giáp Thìn

Tâm Tình Với Bạn

Về ở trong đó bạn mơ,
ngoài này tôi vẫn dệt tơ cho người
Mỗi người chọn một cuộc chơi
miễn sao sống trót - gọi mời mai sau

Miễn đừng pha trộn sắc màu
cưỡng từ đoạt ý với nhau làm gì.
Tám chín mươi tuổi - còn chi
Sống sao đừng thẹn một khi lên đường

Trở về giáp mặt cha ông
rằng con đã sống thật lòng nhân gian.
Về ở trong ấy bạn mơ
Tôi ngoài này vẫn ươm tơ nhớ người

Cả đời có phải ngược xuôi
mà tình nhân ái cứ ngời ánh dương
thong dong một kiếp an thân
giữa người giữa bạn ân cần - Thế thôi.

(trích email vào Sat, Feb 24 at 1:14 PM)

Xuân 2024

1

Mùa xuân Giáp Thìn - kìa đang thấp thoáng,
mà tiết trời sao từng chặng đổi thay:
Chợt nắng chợt mưa chỉ trong một ngày
Hơi ấm chưa lan - đã bay theo gió!

Thiên nhiên kia mà còn khó chịu vậy
Huống chi trải nghiệm xã hội ngày nay:
Trăn trở bao lần mà vẫn loay hoay,
Suốt đời chộn rộn - bầy hầy - dở dang ...

Nhưng sống là cứ vươn tràn tươi mới
Thách thức hoài - trong ước vọng rạng ngời
Vượt trở ngại, đúng với nghĩa làm người.
Riết rồi rõ nét tương lai trước mặt.

March 29. 2024.

Nhớ Nguyễn Xuân Hoàng

Mười năm quay quắt - đâu xa[1]
Bỗng nay nhớ lại - chưa qua ngỡ ngàng

Xuất thân từ biển Nha Trang
thế mà tốt nghiệp trên ngàn Lâm Viên[2]
Theo ngành dậy học đầu tiên
Nhưng khi viết truyện, rõ nền Hiện Sinh[3]

Nào "Kẻ Tà Đạo" * đăng trình
"Khu Rừng Hực Lửa" * tượng hình nước non[4]
"Bụi Và Rác" * thật bôn chôn
" Người Đi Trên Mây" * diễn nguồn thế nhân

Bước ra hải ngoại chông chênh

---

[1] Nguyễn Xuân Hoàng mất năm 2014.

[2] Đại Học Sư Phạm Đà Lạt năm 1961

[3] tư tưởng Hiện Sinh từ tác phẩm của những nhà văn Pháp như Jean Paul Sartre, Albert Camus, Simone de Bauvoir. . lây lan ảnh hưởng sang giới cầm bút ở xã hội Miền Nam Việt Nam từ giữa thập niên 1950 sang 60.

[4] trong dự tưởng báo hiệu sự kiện Tháng Tư 1975.

thấy đời "Sa Mạc" * *hiện sinh níu hờ*
"Căn Nhà Ngói Đỏ" * *mộng vừa*
muốn về bến cũ nhặt thưa với đời.

Thực tế vẫn chẳng ngừng trôi
xôn xao nghề báo trau dồi nghiệp thân
mà sao đời vẫn phũ phàng
bao nhiêu ước vọng dở dang giữa đàng ...

Nhớ khi sắp sửa lìa trần
bỗng dưng bạn bảo " Đông Hoàng là tôi,
chẳng còn Xuân nữa"[5] *- Phải rồi,*
Đông Huăng[6] *là gã bán giời - nổi danh!*

Nay Hà Nguyên Du nhắc chừng
mới đặt bút viết về Hoàng mấy câu:
Cùng nhau chút nghĩa nát nhầu,
gặp rồi vương vấn sắc mầu nhân gian.

Vào dịp lễ Phục Sinh 2024.

---

[5] Những ngày tháng cuối, bị đuối vì tật bệnh, Xuân Hoàng vẫn buột miệng bông đùa rằng "tôi bây giờ là Đông Hoàng, chứ hết là Xuân Hoàng nữa rồi"!

Giáo sư - nhà văn - nhà báo Nguyễn Xuân Hoàng vẫn nổi tiếng là đào hoa trong đời.

[6] Nghe thuật lại vậy, tôi liên tưởng tới Don Juan, một nhân vật tiểu thuyết nổi tiếng đào hoa... trong tác phẩm "The Seducer of Seville,"của nhà viết kịch Tây Ban Nha El burlador de Sevilla (1630)...

[trích https://www. britannica. com/topic/Don-Juan-fictional-character).
Và: Don Juan (Spanish: [doŋ ˈxwan)), also known as Don Giovanni (Italian), is a legendary, fictional Spanish libertine who devotes his life to seducing women... [Trích: https://en. wikipedia. org/wiki/Don_Juan)

* Những tác phẩm tiêu biểu của Nguyễn Xuân Hoàng.

Nhủ bạn

Đào Hữu Dũng đang cùng gia đình sống ở Tokyo, Nhật.

Trong một email liên lạc với nhau trước đây, anh cho biết đang bệnh, chờ kết quả thử nghiệm. Đến email đề Sat, Mar 30 at 9:30 PM Dũng viết: "Tokyo nắng ấm sau một mùa đông dài."

Nên ở email đề Mar 31, 2024, at 11:37, tôi viết, để tặng Đào Hữu Dũng & các bạn xưa:
"Tokyo nắng lên rồi
Đông lạnh dài mấy cũng vời Xuân sang"

Bất chợt

"Đọc vào mấy vần của bạn - tôi thấy
Nghệ thuật trang điểm điêu luyện luôn luôn lộng lẫy
trong từng câu chữ
Nhưng chưa bao giờ lấn lướt được
cái hơi hướng triết lý nhân sinh
từ tâm tư bạn xuất phát ra
cứ bàng bạc - lãng đãng - mong manh
chưa bao giờ mất cả."

Wed, Mar 13 at 5:57 PM

Tiễn Phạm Mạnh Tiến

*"Sống an nhiên, chẳng đợi cũng chẳng cầu:
Ta với người sớm muộn khác gì nhau.
Đi trước hay về sau thì cũng vậy,
thế gian này có dừng bước lại đâu!*

*Dù nhân gian cứ biến thái sắc mầu
người đi trước, ta vẫn buồn rười rượi
vì sinh ly tử biệt - tình vời vợi
cứ đọng lại niềm đau ray rứt mãi...*

*Hãy để tiếc thương tha hồ từng trải
đến vô cùng vô tận kiếp con người
Phận người có khác chi con tằm ấy
vương tơ đến cạn sức sống - chưa thôi!*

11:30 am Thứ Ba; July 05 - 2022.

Tiễn TLGiang

*Nghe tin bạn mất sớm nay
hỏi ra mới chắc, đúng ngày hôm qua*[1]
*Ngẩn ngơ hiên vắng trước nhà
lòng sao thổn thức - vỡ òa nỗi đau...
Sáu chục năm hơn trước sau
sớm muộn vài khóa lau nhau học cùng
Văn Khoa: Sử - Triết - Văn chương
mấy môn lõm bõm một phường mộng mơ
Ngày nào cũng y như chờ:
mà ít vào lớp - đọc cours*[2] *phần nhiều
Quây quần những nhóm thật kêu:
Cá Vàng - Mắt Trố - Tứ Tiêu Dao*[3] *thừa
Hội Họa Sĩ Trẻ*[4] *tỉnh bơ
ghé Chung Nhuận Hy*[5] *xế bờ bên kia*

---

[1] trưa thứ tư 20/12/2023.

[2] Cours: những tài liệu giảng dạy của giáo sư được đánh vào giấy stencils quay roneo để sinh viên mua về học ở

nhà.

[3] Tiêu biểu một số những nhóm bạn cùng học một chuyên môn sinh hoạt thân thiết với nhau từ mấy niên học

trong thời gian nửa đầu thập niên 1960 ở Văn Khoa- Sàigòn.

[4] Tên những hội đoàn văn nghệ giới trẻ hồi bấy giờ, đặt trụ sở ở trong khuôn viên trường Văn Khoa - sàigòn.

Đến chiều về lại cà phê
Quán Văn[4] vốn sẵn lè phè phe ta
lại thêm Nguồn Sống - Du ca[4]
rồi C. P. S.[6] cứ là liên miên...
Sáu bảy[7] Văn Khoa khuôn viên
về đường Cường Để nối liền Dược Khoa
Mọi sinh hoạt cũ rã ra
tan vào mây khói - như là hư không!
Tiếp theo vào giữa Bảy lăm
Miền Nam suốt lượt tan tành khắp nơi.
Người bỏ nước - kẻ tù đầy
mười năm tan tác chua cay phận người...
May sao gặp lại trong đời
nối tình thân cũ ở nơi phiêu bồng:
chỉ mong gạn đục khơi trong
chắt chiu nỗ lực tiếp giòng dõi xưa...
Bốn mươi năm nữa trôi qua
vài năm kề cận bạn đà tiêu hao
Thì ra già cỗi làm sao
cưỡng cầu chẳng đặng - tiêu dao là vừa
Sống thêm được chút nhặt thưa
Cho tròn kiếp nạn - nắng trưa đã tàn
Bạn ơi, tâm sự lan man
làm sao vơi được muôn vàn thương đau!

---

[5] Chung Nhuận Hy: tên của một tiệm ăn nằm trên đường Lê Thánh Tôn, bên kia đường đối diện sang khuôn viên Văn Khoa.

[6] CPS: viết tắt của Chương Trình Sinh Hoạt Thanh Niên-Sinh Viên Học Đường, trụ sở đặt trong phạm vi khuôn

viên Văn Khoa cũ, góc Nguyễn Trung Trực-Gia Long, vào giữa thập niên 1960.

[7] Sáu bảy: Năm 1967.

Xuân này - xuân xưa?

Hôm nay ngoài hiên nắng rải không gian
làm ấm hẳn đi ngọn gió biển lan. .
Tháng qua mưa lạnh nay đà biến mất[1]
và nhịp thở tôi cũng chớm êm tràn.

---

[1] "Nhà tiên tri mù người Bulgaria, Baba Vanga, nổi danh với năng lực dự đoán các diễn tiến nổi trội trên thế giới, như vụ khủng bố 11 Tháng Chín, thảm kịch Chernobyl và cái chết của Công Nương Diana. . (Bà đã) đưa ra những lời tiên tri cho năm 2024 trước khi tạ thế năm 1996 , lúc bà được 85 tuổi – có vài lời tiên tri dường như đang thành hiện thực, FOX 11 Los Angeles cho biết (như vậy)... ; (trong đấy) Baba Vanga báo trước rằng năm 2024 sẽ có những hiện tượng thời tiết khắc nghiệt và thiên tai... "

[Trích: https://www. nguoi-viet. com/the-gioi/loi-tien-tri-cua-baba-vanga-dan-dan-thanh-hien-thuc-trong-2024/?utm_source=Ng%C6%B0%E1%BB%9Di+Vi%E1%BB%87t+Newsletter&utm_campaign=3b60bcef03-EMAIL_CAMPAIGN_2024_04_09_01_02&utm_medium=email&utm_term=0_cf5f0a479c-3b60bcef03-157043941)

*Nhờ khoan khoái tôi mới chợt nhớ ra:
Đúng rồi! trời đất quả thật Xuân, và
mang hương vị TẾT về theo thời tiết* [1]
Cùng anh cùng tôi cùng chúng ta.

*Xuân xưa đến từ thuở người mở cõi
Cho nay Xuân lại được bừng tươi mới
thắp sáng đất trời lẫn cả hồn tôi. . .
Hãy đón Xuân về cho những ngày tới
Nghen.*

(Sat, Apr 6 - 2024 at 5:05 PM)

---

[1] Trong Truyện Kiều, Nguyễn Du có viết :
"Thanh Minh trong tiết tháng Ba
lễ là Tảo mộ* - hội là Đạp thanh**
Gần xa nô nức yến oanh
Chị em sắm sửa bộ hành chơi Xuân
Dập dìu tài tử giai nhân
Ngựa xe như nước - áo quần như nen..."

* Tảo mộ: tục lệ mỗi năm một lần đến nghĩa trang giọn dẹp sạch cỏ - chăm sóc mộ phần của tổ tiên - ông bà cha mẹ- những người thân đã qua đời .

* Đạp thanh: Hội xuân truyền thống là "Giẫm lên cỏ xanh"ngoài đồng trống hay công viên - Đi dạo chơi, mà cũng là dịp trai gái thanh xuân gặp gỡ nhau.

Một mình

Hiện tại tâm tư tôi luôn bấn bíu bởi 2 hiện tượng:
- Từ đầu thập niên 1970, thế giới đã đồng ý thiết lập Ngày Trái Đất (The Earth Day) để mỗi năm nhắc nhở nhân loại phải lưu tâm đến môi sinh của trái đất. Nhưng từ đó đến nay các biện pháp nhằm bảo vệ môi sinh chẳng tích cực, đã khiến mỗi lúc thời tiết biến đổi mỗi bất thường thêm, gây nhiều tai họa hơn lên, không những trực tiếp đe dọa đời sống hằng ngày của con người mà còn gia sức hủy diệt mầm sống của trái đất này, nói chung.

- Gần 3 năm nay, đại dịch Covid-19 bùng phát đã khiến gia tăng đột biến một cách trầm trọng những trường hợp tâm bệnh thành nguyên nhân gây nên hầu hết những bạo loạn súng đạn tàn sát càng lúc càng nhiều những dân cư vô tội, nhất là giới trẻ!

Với tâm tư ấy, sáng nay tôi đã viết ra những lời thơ này:

Qua Tết dương lịch mấy ngày
mưa dầm gió thoảng lạnh ngây ngây buồn
Ngoài hiên cây lá xanh om
mà mầm hoa vẫn lặng im đón chờ...

*

Gần trưa trời đất âm u
Đốt lên điếu thuốc - hững hờ khói lan
Bốc phôn gọi bạn mấy lần
chuông reo reo mãi. . vang tầng cõi không. .
Lòng ta trôi dạt mông lung
bao bờ bến cũ cứ giong buồm về
ngập tràn ta giữa u mê
nhấn sâu dĩ vãng sát kề tương lai...
    *

Tiếng chim nào bỗng ngân dài. .
thì ra hiện tại đâm chồi lộc non:
Cuộc đời đã lắm chon von
dập vùi thân thế - thử nguồn đấu tranh
cho ta phải nỗ lực giành
con đường sáng tạo vươn thành người hơn,
dưỡng nuôi sức sống tinh tường
mới mong cơ hội trường tồn nhân gian.

Trưa Thứ Ba mùng Ba tháng giêng 2023.

Chỉ là mơ thôi.

Gửi Phạm Mạnh Tiến

Thời gian chớm bay qua
tôi nhắm đôi mắt lại
mà cứ tưởng như là
mình đang trong mơ ngủ

Thời gian chớm bay qua
lòng tôi mong bạn già
ước mơ sao dịu ngọt
được sống trọn an hòa

Thời gian chớm bay qua
như trăm năm từng trải
vang vọng thành một đời
một đời đang bước tới

Cát bụi chớm bay cao
là hạnh phúc lao xao
là ước hẹn dường bao
muôn đời ta mơ đấy!

vào hè

" Hiên tôi lan đã ra hoa
Tri âm hợp sắc an hòa quyện nhau
Ngắm hoa nhớ bạn xôn xao
Ứng vui muôn vạn sắc màu nhân gian"

21/05/2021. Little Saigon.

giữa hạ

" Hiên nhà lan lại điểm hoa
an nhiên hiện rõ thân ta với mình
chẳng ai ở đấy ngắm nhìn
Người – hoa hòa một bóng hình nhân gian. "

14:26 pm 17/07/21.

Khóc bạn.

Ối! KIM ơi...
Suốt mấy tháng nay
trong lòng sao cứ trăn trở mãi
email hỏi
"Kim khỏe. Sẽ gọi phôn cho Bảo.."
Nhưng rồi cứ thế
mà bẳn bặt đi luôn..

*

Khóa 3/70 sĩ quan trừ bị Thủ Đức
Kim 22 mà Bảo 27
gặp nhau
Mãn khóa
Kim về Báo Chí Hải Quân
Bảo về Phòng Tổng Quản Trị/ Bộ TTM
Bảo in cuốn Vực Hồng
Kim in tập thơ Thương Yêu ở NXB Hồng Lĩnh
và triển lãm tranh ở trụ sở Hội Việt Mỹ

Mất nước
Trước khi đi tù,
Bảo đến thăm
chỉ gặp mình Nga
lặng lẽ trên căn gác mênh mông...

1986
hai đứa cùng nhau đi Hội Chợ EXPO
bên Vancouver.
rồi tháng 12
Kim làm tuần báo Người Việt Tây Bắc
cho đến tận bây giờ

*

Có ai ngờ...
chỉ còn mình Bảo chơ vơ...

12:00 Thứ Tư 31/ 03/ 2021.

Tiễn Phạm Kim

Hụt hơi từ nẻo phân chia
xa rồi nhớ buổi biệt ly với người
Bây giờ nghìn dặm viễn khơi
mới hay chút mặn nụ cười ngày xưa...

Mà thôi, bóng xế đã vừa
cho qua tuổi hạc cũng thưa thớt tình.

Thương ai từ thuở lênh đênh
đến nay đã muộn - cuối ghềnh ra sông
Đời còn vướng nghĩa cũ càng
nhỏ nhoi thân phận giữa dòng tử sinh...

12:15 am Thứ Tư, April 07/ 2021.

Tiễn Người

Hòa thượng Thích Tuệ Sỹ (1943-2023).

Hơi lạnh đâu lén ùa về
Ngoài hiên tối đã tràn trề từ lâu...
Nghe tin tịch mịch chìm sâu
Mấy ngày nay cũng lao đao nổi chìm:
Theo dòng tiểu sử triền miên
giữa nơi trần thế chông chênh đạo - đời.

Tám mươi rũ áo xa người
bao duyên đèn sách - đạo ngời nhân gian
Thế thôi - số kiếp miên man,
rồi ra nhẹ gánh thênh thang cõi trần.

28/11/2023

Khóc Trần Doãn Quý

*"Bỗng đâu rơi rớt một tiếng chim
ký ức bạn xưa ngập đắm chìm
bao nhiêu dồn nén trời cảm xúc
òa vỡ thành giòng lệ tuôn êm..."*

21/12/2022

Phụ lục

Lời đồn đầu Xuân

Vào 12:30 trưa hôm thứ Tư, 25 tháng Hai-2023, tức trưa mùng Bốn Tết Quý Mão, một người bạn vốn đã cùng tôi nhận làm anh-em kết nghĩa của tôi trước 75, từ trong nước gọi phôn ra chúc Tết.

Anh ta xác nhận, bấy giờ bên nhà là 3:30 sáng thứ Năm. Rồi khi lan man chuyện văn, anh ấy đọc cho nghe hai đoạn thơ hán-việt (nôm na trong nước người ta thường gọi là "giai thoại truyền miệng nhân gian", là "sấm Trạng Trình") hiện đang nghe đồn rần rần trong dịp Tết năm nay:

- Cặp lời đồn đầu tiên ứng vào nhân tình trong nước:
"Tửu bất túy nhân-nhân tự túy
Hoa bất mê nhân-nhân tự mê"

tức là:
"Rượu không khiến người say-người tự say-
Hoa không mê muội được người-người tự mê muội"

- Cặp lời đồn thứ nhì ứng vào diễn tiến chính trị:

"Bính chúc vô minh-quan tự diệt Trọng-Ngân vô Phúc- sản tắc vong"

(Chữ 'bỉnh chúc' này vốn được rút ra từ câu văn cổ "Cổ nhân bỉnh chúc"-Người xưa cầm bó đuốc soi đường) được diễn dịch là:

"Giơ bó đuốc không sáng-quan tự diệt
Trọng-Ngân không Phúc-CS tất tiêu vong"

Đến gần 9 giờ tối cùng ngày (tức là độ gần 12 giờ trưa hôm sau ở bên ấy), người bạn lại sốt sắng gọi sang lần nữa, và bổ túc rằng buổi sáng ra cà phê với bạn hữu thì lại được cho biết thêm cách hiểu và dẫn giải khác nữa về thơ đồn đoán trên:

- Cặp lời đồn thứ nhất vẫn y như cũ.

- Riêng lời đồn thứ nhì ứng vào xã hội trong nước, lại được viết và hiểu ra một nghĩa mới:

"Bỉnh chúc vô minh-quan tự diệt
Trọng ngân vô phúc-sản tất vong"

Vế trên vẫn vậy, còn vế dưới được diễn dịch khác:

"(Hành động) trọng tiền mà (hành động) vô phúc (đức)-thì (sự) sản ắt phải mất "

Rồi tiện thể, anh bạn hỏi rằng tôi có nhận xét gì về mấy câu ấy không. Tôi lựa lời tâm sự: "Mấy lời đồn đoán này khá thú vị đấy, nhất thời thỏa mãn tính tò mò tìm hiểu của tôi. Cảm ơn lắm... Còn ý kiến riêng thì... thiết tưởng có thể đấy là mấy 'phê phán' hoặc 'chế giễu' nhằm trực tiếp tiêu biểu để cập đến những hiện tượng đang phổ biến xẩy ra ở trong ấy... Riêng về lời đồn thứ nhì, tôi thấy cả hai vế đều diễn tả đúng, không những cho xã hội hiện giờ ở trong ấy mà còn đúng cho bất cứ ai sống trong xã hội nào của loài người nữa. "

Sức sống của một ý thơ

Mấy tháng đầu năm 2023 này sao mà mưa bão liên miên... Làm như thiên nhiên muốn bù đắp cho tình trạng hạn hán kéo dài cả thập niên trước đây ở tiểu bang Cali?

Dường như không hẳn thế mà xem ra còn ngược lại: Đợt biến động khí hậu này liên tiếp cũng đã và đang gây nên quá nhiều thiệt hại trên hầu hết các vùng của lãnh thổ Hoa Kỳ, đe dọa nặng nề đến môi trường sống của toàn thể dân cư nữa!

Riêng cá nhân tôi thì phải thú nhận, sức khỏe rõ rệt đã bết bát rồi. Vì đủ mọi thứ, mà chắc hẳn rõ rệt và gần gũi nhất vẫn là tuổi tác: Năm nay tôi thực sự đã bước vào lớp tuổi tám mươi. Thêm nữa, mấy năm vừa qua, bạn hữu thân thuộc của tôi, họ rủ nhau đi vào cõi vô cùng khá là nhiều; nhiều đến độ chưa bao giờ tôi cảm thấy chóng mặt... Nói chung, cụ thể là tôi bị cảm cúm, không nặng lắm nhưng lại dây dưa kéo dài hai ba tuần lễ mới khỏi. Và dĩ nhiên là tôi bắt buộc phải ở nhà dưỡng sức, thưa hẳn đi các dịp ra ngoài gặp gỡ bè bạn.

Trong lúc rảnh rỗi ấy, tôi nhẩn nha mò vào Google và kiếm ra được đoạn ***Cổ phong*** (bài thứ 39) của Lý Bạch[1], do GS

---

[1] Lý Bạch (701 - 762) là một trong những nhà thơ (. .) nổi tiếng nhất thời Thịnh Đường nói riêng và Trung Hoa nói chung. Ông được tán dương là

Dương Anh Sơn biên soạn và dịch[2].

Nguyên bản và thơ dịch:

Tiện thể tôi xin phép được chép ra đây:

Đăng cao vọng tứ hải,	登高望四海,
Thiên địa hà man man!	天地何漫漫！
Sương bị quần vật thu,	霜被群物秋,
Phong phiêu đại hoang hàn.	風飄大荒寒。
Vinh hoa đông lưu thủy,	榮華東流水,
Vạn sự giai ba lan.	萬事皆波瀾。
Bạch nhật yếm tổ huy,	白日掩徂輝,
Phù vân vô định đoan.	浮雲無定端。
Ngô đồng sào yến tước,	梧桐巢燕雀,
Chỉ cức thê uyên loan.	枳棘栖鴛鸞。
Thả phục quy khứ lai,	且復歸去來,
Kiếm ca hành lộ nan.	劍歌行路難。
Lý Bạch	**李白**

Chú thích:

- Cổ phong 古風: hay còn gọi là "Cổ thể" là một thể thơ có từ những thời đại trước nhà Đường, gồm hai loại thơ năm chữ và bảy chữ. Tinh thần của thơ cổ phong rất phóng khoáng. Thơ chỉ chú ý vần điệu chứ không cần theo đúng luật bằng trắc. Thơ có thể làm ngắn hoặc dài cũng như số chữ có thể tăng nhiều hơn. Vần có thể độc vận hoặc hoán vận (một vần hoặc

---

một thiên tài về thơ ca, người đã mở ra một giai đoạn hưng thịnh của thơ Đường. (trích "Lý Bạch – Wikipedia tiếng Việt: wikipedia. org;")

[2] Trích: https://nguyenhuehaingoai. blogspot. com/2021/03/chuyen-dich-tho-ly-bach-bai-2-3. html;

đổi vần...). Những bài như "Tương tiến tửu" của Lý Bạch hay "Tỳ bà hành" của Bạch Cư Dị là những bài tiêu biểu.

- Hà 何: câu hỏi nghi vấn: sao, cớ sao.

- Man man 漫漫: rộng lớn, mênh mông, xa thăm thẳm.

- Bị 被: che phủ, đắp lên, khoác áo, cái mền, chịu, bị, mang vác...

- Quần 群: quây quần, tụ lại, đám đông...

- Phong phiêu 風飄: gió cuồn cuộn, gió cuốn thổi mạnh...

- Ba lan 波瀾: sóng lan tràn, đợt sóng lớn...

- Bạch nhật 白日: ban ngày, mặt trời

- Yểm tồ huy 掩徂輝: Che khuất ánh sáng mặt trời còn lại (yểm: che lấp, khuất lấp, che chắn; tồ: còn lại, đến, đi, mới đầu; huy: ánh sáng, sáng sủa, rực rỡ, soi chiếu).

- Đoan 端: đầu mối, bắt đầu, nguyên nhân...

- Thê 栖: đậu lại, nghỉ ngơi.

- Chỉ cức 枳棘: cây gai nhọn kết thành bụi cây rậm rạp. (chỉ: loại cây có gai, lá hình răng cưa trái như cây quất thường mọc hoang; cức: loài cây có gai nhọn mọc thành bụi rậm).

- Thả phục 且復: Thôi hãy quay về lại (thả: huống chi, hãy tạm, thôi hãy; phục: quay về, trở lại).

Dịch nghĩa:
Lên cao, trông vời bốn biển. Cớ chi trời đất rộng mênh mông! Sương mùa thu che phủ khắp mọi vật. Vùng hoang rộng lớn gió cuồn cuộn thổi lạnh lùng. Chuyện sang giàu như nước trôi chảy về phương đông. Muôn việc đều như những đợt sóng lớn

tràn bờ. Ánh sáng ban ngày bị che khuất! Đám mây trôi nổi không biết dừng nơi nao! Con chim én, chim sẻ làm tổ nơi cây ngô đồng; con chim uyên, chim loan đậu nghỉ nơi bụi gai. Thôi thì hãy quay trở về chốn cũ. Cùng thanh kiếm hát bài" đường đi bao khó khăn"!

Tạm chuyển sang thể lục bát:

Cổ phong (Bài thứ 39)
Lên cao bốn biển vời trông
Cớ sao trời đất mênh mông không lường!
Mùa thu mọi vật phủ sương,
Gió cuồn cuộn lạnh khắp vùng rộng hoang.
Về đông xuôi chảy giàu sang,
Biết bao nhiêu chuyện sóng tràn cuốn bay!
Khuất che ánh sáng ban ngày,
Không sao đoán được mây trôi bềnh bồng!
Tổ chim én, sẻ, ngô đồng,
Uyên, loan gai góc cũng dừng nghỉ ngơi.
Hãy về quê cũ hỡi người!
Cùng thanh kiếm hát: đường đời khó khăn!
GS **Dương Anh Sơn**.

Và tự nhiên tôi lại nẩy ra một số ý tưởng liên quan, như:

Tác động từ cảm nhận thơ cổ:

Nội dung bài thơ Cổ phong nêu trên của Lý Bạch (2) đã khiến tôi liên tưởng nhớ lại cách đây trên nửa thế kỷ. Khoảng độ năm 1967, tôi sống bằng nghề dậy học trong xã hội Miền Nam Việt Nam bấy giờ đang dần dần nhấm sâu vào hoàn cảnh bức bách, với một tương lai mỗi lúc một đen tối thêm. Quay quắt bí lối, tự nhốt mình vào không khí Thơ Đường, trong ba năm trời tôi miệt mài đọc những cuốn sách mà đến giờ còn nhớ được. Như Tản Đà Vận Văn toàn tập của Tản Đà Nguyễn Khắc Hiếu; như Đường Thi do cụ Trần Trọng Kim tuyển dịch, nhà xuất bản Tân Việt- 1950; hay Cổ Văn Trung Quốc của Nguyễn Hiến Lê... Hồi ấy, tôi đã nhẩn nha đọc, thấm thía và tiện thể phóng dịch, cứ thế độ trên hai trăm bài của nhiều tác giả, suốt từ đời Tùy xuống đến triều đại nhà Thanh, tất cả theo thể lục bát. Dĩ nhiên trong ấy có bài Cổ phong này.

Và nếu tôi còn nhớ không lầm thì hồi ấy tôi đã tự diễn nghĩa ra theo phương thức tôi hiểu bài thơ này một cách hợp lý và đồng thời xử dụng từ ngữ của thời đại hiện tôi đang sống, đương nhiên là cụ thể và khẳng định hơn thời xưa nhiều.

Chẳng hạn tôi muốn dẫn giải như sau:

Lên lầu cao, nhìn ra bốn phương tám hướng. (Thấy) trời đất sao mà rộng đến thế! Sương thu che phủ khắp mọi vật. Ngoài bãi hoang rộng lớn mênh mông, gió cuồn cuộn thổi lạnh lùng. (Mà tự nghiệm thấy) chuyện vinh hoa phú quý trong đời người (thì lúc còn lúc mất) giống như nước trôi xuôi rồi cũng chảy (mất hút) về (biển) đông (mà thôi). Muôn sự việc (ở đời) cũng đều như những đợt sóng lớn tràn bờ. Ban ngày nắng sáng rồi cũng bị che khuất! (Trên bầu trời) mây luôn luôn trôi nổi vô định. Chim én, chim sẻ làm tổ nơi cây ngô đồng; chim uyên, chim loan đậu nghỉ nơi bụi gai. Thôi thì hãy quay trở về chốn xưa. Cùng thanh kiếm (mà) hát "đường đi gian nan"! Dẫn giải đây có nghĩa là tôi muốn trình bày theo những gì tôi hiểu nội dung bài thơ của người xưa theo như nguyên trạng như vậy. Nhưng đồng thời tôi lại thấy phần đoạn thơ ở giữa (từ câu thứ hai đến câu thứ chín), nhà thơ Lý Bạch đã diễn giải lan man từ những hiện tượng-cảnh sắc thiên nhiên-sang đến cảm nhận được biến đổi hoàn cảnh sống của đời người lẫn vũ trụ vạn vật; nhưng trong những đổi rời miên man ấy, vạn vật cũng như con người luôn tìm cách để được ổn định- an bình. Phần diễn tả thực tại này hiện diện từ thời đại của Lý Bạch, nghĩa là xưa đến cả trên dưới một ngàn rưỡi năm, xem ra so với giai đoạn 1967-1975, hoàn cảnh tôi đang ngụp lặn hồi ấy đã phức tạp và gay gắt hơn rất nhiều rồi. Khác biệt đến độ tôi thấy đoạn thơ này được tác giả Lý Bạch diễn đạt khá đơn giản và đã không đủ sức kích thích để tôi phóng dịch đầy đủ ra thành cả bài. Và cuối cùng tôi đã chỉ có thể diễn đạt qua bốn câu lục bát, qua 2 câu đầu và hai câu cuối nguyên của bài thơ Cổ phong ấy, để chỉ muốn diễn tả cảm xúc của cá nhân tôi hồi đó.

Cảm tác, mỗi thời mỗi khác:

Trình bày một cách rành mạch hơn: Sự kiện mà tôi tiếp cận với bài cổ phong này của Lý Bạch lại đã cách nay cả trên nửa thế kỷ nữa rồi, tôi không chắc là mình nhớ đúng nguyên văn như vậy. Nhưng cụ thể thì lục ra những gì còn ghi lại, tôi chỉ tìm thấy có bốn câu cảm tác bài Cổ phong ấy như sau:

"Một hôm lên được lầu cao
Nhìn ra bốn phía, cảnh trào ý dâng...
Thôi ta về quách cho xong
Vỗ gươm mà hát rằng đường gian nan"

Bình tâm mà nghiệm lại, tôi thấy hoàn cảnh tại Sàigòn, với những biến động như Tết Mậu Thân (1968), đã khiến cá nhân tôi phải nỗ lực bươn trải tranh đấu gay gắt để được sống sót từng ngày trước một tương lai mù mịt. Hoàn cảnh lúc ấy cũng đã quá sôi động, hơn hẳn khung cảnh mà Lý Bạch diễn đạt trong nguyên tác bài thơ của ông.

Huống chi bây giờ, giữa lúc tâm trí tôi đang bấn bíu bởi những sự kiện đang biến động gay gắt trong xã hội: Chẳng hạn như đại dịch Covid-19 ba năm rồi vẫn dây dưa và chưa dứt khoát biết được nguyên do[3], cũng như sinh hoạt xã hội-chính trị hiện quá nhiều bế tắt đang cần phải điều chỉnh cấp thời[4]...

---

[3] Đại dịch COVID-19: Các ca đầu tiên được ghi nhận tại Trung Quốc tháng 12 năm 2019. Cho đến nay, tổng số tử vong cả thế giới đã trên dưới 8 triệu. (Trích nguồn: https://vi. wikipedia. org/wiki/%C4%90%E1%BA%A1i_d%E1%BB%8Bch_COVID-19_theo_qu%E1%BB%91c_gia_v%C3%A0_v%C3%B9ng_l%C3%A3nh_th%E1%BB%95)

[4] - Chính trị cụ thể như "Vụ truy tố cựu TT Trump cho thấy một vấn đề lớn hơn nhiều"John Wahl; Nhã Đan dịch [Nguồn: Báo Mai, ngày đăng: 2023-04-12)

- xã hội như: * bạo lực súng đạn ở trường học:- "Trong 4 tháng đầu năm 2023 đã có ít nhất 42 vụ tấn công bằng súng vào trường học, unfire on school grounds, khiến 17 tử thương và 32 nạn nhân bị thương trên toàn Hoa Kỳ". [Nguồn: https://everytownresearch. org/maps/gunfire-on-school-grounds/)

* tội phạm gia tăng đột biến: "Theo đài ABC 7, có đến ba vụ đâm xảy ra trong một tuần trên xe của Metro. Hai người bị đâm chỉ cách nhau vài giờ hôm Thứ Năm, 6 Tháng Tư, và thêm một người bị đâm hôm Thứ Tư, 12 Tháng Tư. Các giới chức của Metro cho biết tội phạm, chẳng hạn như đánh đập và cướp giật, trong năm 2022 tăng 24% so với năm 2021. Một điều làm nhiều người lo sợ là chỉ mới bốn tháng đầu năm 2023 đã có 21 người chết trên xe của Metro, con số này bằng cả năm 2022. "(trích: https://www. nguoi-viet. com/hoa-ky/toi-pham-gia-tang-hanh-khach-di-xe-cua-metro-o-los-angeles-lo-so/?utm_source=Ng%C6%B0%E1%BB%9Di+Vi%E1%BB%87t+Newsletter &utm_campaign=126f056b12-EMAIL_CAMPAIGN_2023_04_14_07_00&utm_medium=email&utm_term=0 _cf5f0a479c-126f056b12-157043941)

Và nhất là hiện trạng ở Việt Nam đang diễn biến sau gần nửa thế kỷ nay:

- Một mặt chính quyền mỗi lúc một lộ rõ chủ trương nô lệ hóa chính dân cư của mình!⁵

- Trong khi ấy thì dân chúng mỗi lúc một cam go trong nỗ lực sống còn bằng diễn trình thực thi quyền làm người nói chung, mà phải lặn ngụp qua những gian khổ để mong tạo cho được nếp sống xã hội dân sự của nền dân chủ phôi thai⁶...

---

⁵ Xin nêu ra đây vài tin cụ thể tiêu biểu, như:
- "Chỉ nhờ mấy câu nói vô tình của cô bán báo (đã gián tiếp) mô tả đúng tình hình VN, đang gây chấn động cả nước: -Cô bán báo ơi, còn báo gì vậy cô? -Dạ, còn Thanh Niên, Phụ Nữ nhưng hết Văn Hoá. - (Và) còn Nhân Dân (báo Đảng CS), Công An nhưng không có Pháp Luật. "(trích https://mail. google. com/mail/u/0/#inbox/FMfcgzGsmDmpBpKJFFZvGXWSWfRQztdM)

- Chương trình xuất cảng lao động: "Bà Ingrid Christensen, giám đốc Tổ Chức Lao Động Quốc Tế (ILO) tại Việt Nam, dẫn thống kê cho biết mỗi năm những người Việt xuất cảng lao động tại Nhật gửi về Việt Nam $3 tỷ, dưới dạng "thực tập sinh" được ghi nhận "rất lớn," chiếm một phần tư trong tổng số 1. 8 triệu lao động ngoại quốc ở nước này... "[Trích "Người Việt xuất cảng lao động tại Nhật gửi về nước $3 tỷ mỗi năm" nhật báo Người Việt, April 5, 2023; https://www. nguoi-viet. com/viet-nam/nguoi-viet-xuat-cang-lao-dong-tai-nhat-gui-ve-nuoc-3-ty-moi-nam/)

6 "Báo cáo mới được đưa ra của Mạng lưới Nhân quyền Việt Nam (VNHR) cho biết hiện có gần 300 tù nhân lương tâm đang bị giam giữ trong các nhà tù ở Việt Nam và gần 80 người bị chính quyền bắt giữ trong năm qua. "(trích: https://www. voatiengviet. com/a/bao-cao-vnhr-viet-nam-dang-giam-giu-gan-300-tu-nhan-luong-tam/5938345. html)

- Nỗ lực tạo nếp sống dân chủ: "Người dân không còn cần một lãnh tụ vĩ đại!"tác giả: Lưu Á Châu sinh 1952, là Thượng tướng Không quân Quân Giải phóng Nhân dân Trung Quốc (PLAAF), nguyên Phó Chính ủy Không quân Trung Quốc; nguyên Chính ủy Đại học Quốc phòng Trung Quốc,

Và tôi thấy cũng nên ngẫm lại từ kinh nghiệm sống của cá nhân mình:

- Cách đây trên nửa thế kỷ, sau sự kiện Tết Mậu Thân 1968, tôi đã phải ngụp lặn trong hàng loạt những gian khổ triền miên bên bờ vực tử sinh cả trên một thập niên sau đó.

- Còn hiện tại, con đường trở về với cái tâm trong sáng của từng cá nhân mỗi người trong chúng ta chắc chắn là vẫn cứ phải phấn đấu sống còn ở tương lai trước mặt.

Từ đấy, tôi bật ra ý định rằng mình tự nhiên muốn viết lại bốn câu thơ chót, thành:

"Một hôm lên được lầu cao
Nhìn ra bốn phía, cảnh trào ý dâng...
Thôi ta về quách cho xong
Dẫu tâm đã rõ rằng đường gian nan"

(2023).

---

từng là giáo sư thỉnh giảng của Đại học Stanford Mỹ. Ông đồng thời là một nhà văn có tiếng, chủ nhân một số giải thưởng văn học. Các bài viết của ông (có) ngôn từ mạnh dạn, quan điểm mới mẻ (nhất là quan điểm đối với Mỹ), lập luận sắc bén của ông (lâu nay đã) được dư luận rất quan tâm. Tướng Lưu là con rể cố Chủ tịch nước Trung Quốc Lý Tiên Niệm... Lưu Á Châu, một đảng viên cao cấp của ĐCSTQ đã bị bắt cách đây hai năm, có thể bị kết án tử hình nhưng (cứ nhì nhằng) kéo dài thời hạn thi hành án vì (bị vu cho) tội tham nhũng nghiêm trọng... "(trích từ Nguồn: https://longnguyen48. blogspot. com/2023/04/luu-chau-nguoi-dan-khong-con-can-mot. html)

14/04/2023. điều chỉnh vào 17/03/2024.

Sách đã xuất bản:

- *Chiến Tranh và Tuổi Trẻ Phương Tây,*" Hồng Lĩnh xuất bản 1969, Sài gòn; Người Việt Tây Bắc tái bản lần thứ ba ở hải ngoại năm 2020.

- *Năm Dài Tình Yê*", Hồng Lĩnh xuất bản năm 1970.

- *Vực Hồng*, bút hiệu Phạm Hà Quân, Thoại Ngọc Hầu xuất bản, Saigon. 1975.

- *Cùm Đỏ*, xuất bản lần đầu 1983; tái bản lần thứ ba (2018) Nguoi Viet Books, USA.

- *Cõi Mộng Du*, Người Việt xuất bản, 1984. USA.

- *Đời Từng Mảnh*, Người Việt, 1985. USA.

- *Dâu Bể*, Người Việt. 1987. USA

- *Mười Ngày Du Ký*, Hoa Thịnh Đốn xuất bản, 1988. USA.

- *Gọi Bình Minh*, Người Việt, 1989. USA.

- *Người Việt Tại Đông Âu và Vấn Đề Việt Nam*, Việt Hưng xuất bản 1990. USA.

- *Huynh Đệ Tương Tàn*, (Brothers Enemy của Nayan Chanda), Thế giới xuất bản, 1991.

- *Bây giờ Nhật Bản Biết Nói Không* (The Japan That Can Say No của Shitaro Ishihara), Khai Sáng xuất bản 1992.

- *Dấu Vết Văn Hóa Việt Trên Đường Bắc Mỹ*: Một bộ gồm hai cuốn: cuốn 1 ra năm 1994, cuốn 2 năm 1995, Việt Hưng xuất bản. USA.

- *Thơ, 20 Năm*, Việt Hưng, 2002. USA.

- *Hồng Nhan Xuân*, Việt Hưng, 2002. USA.

- *Độc Lập Mỹ, Độc Lập Ta*, Việt Hưng, 2004. USA.

- *Hốt Một Thang*, Việt Hưng, 2006. USA.

- *Hương Đêm*, Little Saigon xuất bản, 2008: USA.

- *Khuất Rồi Mấy Bóng Chim Di*, Người Việt xuất bản, 2010.

- *Nhục Vinh*, Người Việt xuất bản, 2012

- *Tâm Tình Một Nẻo Quê Chung*, Người Việt Books xuất bản, 2015. USA.

- *Chuyện Nào Vẫn Cần Thuật Lại*, cuốn I, Lotus Media xuất bản, tháng 5/ 2022. USA.

- *Chuyện Nào Vẫn Nên Thuật Lại*, cuốn II, Lotus Media xuất bản, tháng 7/ 2022. USA.

- *Lan Man Chuyện Văn*, 2024, USA.

Viết chung với bằng hữu trong những tuyển tập, như từ đầu thế kỷ 21:

- Kỷ Yếu VĨNH NGHIÊM 2001.

- Tuyển Tập LÊ ĐÌNH ĐIỂU, VAALA xuất bản, 2001.

- Tưởng Niệm Tâm Hòa NGÔ MẠNH THU, 2004.

- ĐỖ NGỌC YẾN *Giữa Bạn Bè*, Người Việt xuất bản 2006, tái bản lần hai 2015.

- *Các đặc san của các khóa Huấn Luyện & Tu Nghiệp Sư Phạm mỗi năm; như Kỳ 20, Hè 2008; Kỳ 26- 2014; Kỳ 28- 2016...*

- *TỪ CÔNG PHỤNG Dưới Mắt Bằng Hữu*, 2011.

- LÊ VĂN KHOA- *Một Người Việt Nam*, CLBTNS-VAP-APA xuất bản, 2013.

- *Đặc san Hội Thân Hữu Di Linh*, 2017.

- THEIR WAR, *The Perspectives of the South Vietnamese Military in the Words of Veterans-Émigrés*, Julie Pham, PhD, 2019.

- TỰ LỰC VĂN ĐOÀN *và Các Cây Bút Hậu Duệ*, Nhân Văn Nghệ Thuật xuất bản, 2019.

- TỰ LỰC VĂN ĐOÀN *và Các Cây Bút Hậu Duệ*, cuốn 2, Nhân Văn Nghệ Thuật xuất bản 2023

www.ingramcontent.com/pod-product-compliance
Lightning Source LLC
LaVergne TN
LVHW012015060526
838201LV00061B/4315